IM-IH 최신기출단어 완전 정복

베트남어 OPI

VOCA 1000

시원스쿨닷컴

베트남어 OPI VOCA 1000

초판 1쇄 발행 2023년 7월 26일

지은이 시원스쿨어학연구소
펴낸곳 (주)에스제이더블유인터내셔널
펴낸이 양홍걸 이시원

홈페이지 vietnam.siwonschool.com
주소 서울시 영등포구 국회대로74길 12 시원스쿨
교재 구입 문의 02)2014-8151
고객센터 02)6409-0878

ISBN 979-11-6150-736-1 13730
Number 1-420505-22222200-06

베트남어
OPI VOCA

입문

단어	읽는 법	의미
0001 dạo này	자오 나이	요즘
0002 đã	다	~했다
0003 đang	당	~하는 중
0004 đâu	더우	어디
0005 đến	덴	가다, 오다
0006 đi	디	가다
0007 em	앰	손아랫사람
0008 gặp	갑	만나다
0009 học	헙	공부하다
0010 hôm nay	홈 나이	오늘

Check!	단어 점검하기	의미 써 보기
☑☐☐	dạo này	✏
☐☐☐	đã	
☐☐☐	đang	
☐☐☐	đâu	
☐☐☐	đến	
☐☐☐	đi	
☐☐☐	em	
☐☐☐	gặp	
☐☐☐	học	
☐☐☐	hôm nay	

	단어	읽는 법	의미
0011	làm	람	하다
0012	làm việc	람 비엑	일하다
0013	lúc	룹	~에 (시간)
0014	mệt	멛	피곤한
0015	mua	무어	사다
0016	muốn	무온	~하고 싶다
0017	muộn	무온	늦은
0018	ngủ	응우	자다
0019	nhà	냐	집
0020	nhiều	니에우	많이

Check!	단어 점검하기	의미 써 보기
☐ ☐ ☐	làm	
☐ ☐ ☐	làm việc	
☐ ☐ ☐	lúc	
☐ ☐ ☐	mệt	
☐ ☐ ☐	mua	
☐ ☐ ☐	muốn	
☐ ☐ ☐	muộn	
☐ ☐ ☐	ngủ	
☐ ☐ ☐	nhà	
☐ ☐ ☐	nhiều	

☑ 단어의 읽는 법과 의미를 외워 봅시다.

입문
실전

	단어	읽는 법	의미
0021	nổi tiếng	노이 띠엥	유명한
0022	ở	어	~에(서)
0023	quận	꾸언	구(행정 구역)
0024	sách	싸익	책
0025	sáng	쌍	아침
0026	sống	쏨	살다
0027	tại sao	따이 싸오	왜
0028	táo	따오	사과
0029	thức dậy	특 저이	일어나다
0030	thường	트엉	보통

입문 9

Check!	단어 점검하기	의미 써 보기
☐ ☐ ☐	nổi tiếng	
☐ ☐ ☐	ở	
☐ ☐ ☐	quận	
☐ ☐ ☐	sách	
☐ ☐ ☐	sáng	
☐ ☐ ☐	sống	
☐ ☐ ☐	tại sao	
☐ ☐ ☐	táo	
☐ ☐ ☐	thức dậy	
☐ ☐ ☐	thường	

단어	읽는 법	의미
0031 biết	비엗	알다
0032 bố mẹ	보 매	부모님
0033 có	꺼	(갖고) 있다
0034 có thể	꺼 테	~할 수 있다
0035 công ty	꼼 띠	회사
0036 du lịch	주 릭	여행하다
0037 Đà Nẵng	다 낭	다낭 (베트남의 도시 이름)
0038 đi chơi	디 쩌이	놀러 가다
0039 gần	건	가까운
0040 hoa	호아	꽃

Check!	단어 점검하기	의미 써 보기
☐ ☐ ☐	biết	
☐ ☐ ☐	bố mẹ	
☐ ☐ ☐	có	
☐ ☐ ☐	có thể	
☐ ☐ ☐	công ty	
☐ ☐ ☐	du lịch	
☐ ☐ ☐	Đà Nẵng	
☐ ☐ ☐	đi chơi	
☐ ☐ ☐	gần	
☐ ☐ ☐	hoa	

	단어	읽는 법	의미
0041	khó	커	어려운
0042	khỏe	코애	건강한 (잘 지내는)
0043	không	콤	~하지 않다
0044	không có	콤 꺼	~이(가) 없다
0045	không được	콤 드억	~할 수 없다
0046	làm	람	만들다
0047	lạnh	라잉	추운
0048	một chút	몯 쭏	조금
0049	một mình	몯 밍	혼자
0050	mùa đông	무어 돔	겨울

Check!	단어 점검하기	의미 써 보기
☐ ☐ ☐	khó	
☐ ☐ ☐	khỏe	
☐ ☐ ☐	không	
☐ ☐ ☐	không có	
☐ ☐ ☐	không được	
☐ ☐ ☐	làm	
☐ ☐ ☐	lạnh	
☐ ☐ ☐	một chút	
☐ ☐ ☐	một mình	
☐ ☐ ☐	mùa đông	

	단어	읽는 법	의미
0051	mùa xuân	무어 쑤언	봄
0052	muốn	무온	~하고 싶다
0053	nằm	남	~에 위치하다
0054	nghe nói	응애 너이	듣기로는
0055	nhất là	녇 라	특히
0056	nói	너이	말하다
0057	phải không	파이 콤	맞습니까?
0058	phim	핌	영화
0059	phim tình cảm	핌 띵 깜	로맨스 영화
0060	quê	꾸에	고향

Check!	단어 점검하기	의미 써 보기
☐ ☐ ☐	mùa xuân	
☐ ☐ ☐	muốn	
☐ ☐ ☐	nằm	
☐ ☐ ☐	nghe nói	
☐ ☐ ☐	nhất là	
☐ ☐ ☐	nói	
☐ ☐ ☐	phải không	
☐ ☐ ☐	phim	
☐ ☐ ☐	phim tình cảm	
☐ ☐ ☐	quê	

	단어	읽는 법	의미
0061	rất	젇	매우
0062	thành phố	타잉 포	도시
0063	thích	틱	좋아하다
0064	tí nào cả	띠 나오 까	전혀
0065	tiếng Anh	띠엥 아잉	영어
0066	tiếng Hoa	띠엥 호아	중국어
0067	vì	비	~이기 때문에
0068	với	버이	~와(과) 함께
0069	xe ô tô	쌔 오 또	자동차
0070	xem	쌤	보다

Check!	단어 점검하기	의미 써 보기
☐ ☐ ☐	rất	
☐ ☐ ☐	thành phố	
☐ ☐ ☐	thích	
☐ ☐ ☐	tí nào cả	
☐ ☐ ☐	tiếng Anh	
☐ ☐ ☐	tiếng Hoa	
☐ ☐ ☐	vì	
☐ ☐ ☐	với	
☐ ☐ ☐	xe ô tô	
☐ ☐ ☐	xem	

단어	읽는 법	의미
0071 bóng đá	범 다	축구
0072 chơi	쩌이	놀다, 플레이하다
0073 có gia đình	꺼 지아 딩	결혼하다
0074 con	껀	자녀, 아이
0075 công tác	꼼 딱	출장 가다
0076 dịp	집	기회
0077 được + 기간	드억	~한 기간이 되다
0078 kết hôn	껜 혼	결혼하다
0079 lần	런	번, 횟수
0080 lập gia đình	럽 지아 딩	결혼하다

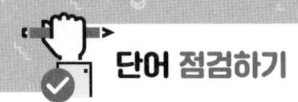

Check!	단어 점검하기	의미 써 보기
☐ ☐ ☐	bóng đá	
☐ ☐ ☐	chơi	
☐ ☐ ☐	có gia đình	
☐ ☐ ☐	con	
☐ ☐ ☐	công tác	
☐ ☐ ☐	dịp	
☐ ☐ ☐	được + 기간	
☐ ☐ ☐	kết hôn	
☐ ☐ ☐	lần	
☐ ☐ ☐	lập gia đình	

입문

실전

	단어	읽는 법	의미
0081	năm sau	남 싸우	내년
0082	Nhật	녇	일본
0083	nhiều lần	니에우 런	여러 번
0084	nhưng	니응	그러나
0085	rồi	조이	이미 ~했다
0086	sang	쌍	(건너) 가다
0087	sau này	싸우 나이	나중에
0088	thỉnh thoảng	팅 토앙	가끔
0089	thường xuyên	트엉 쑤이엔	자주
0090	Việt Nam	비엗 남	베트남

Check!	단어 점검하기	의미 써 보기
☐ ☐ ☐	năm sau	
☐ ☐ ☐	Nhật	
☐ ☐ ☐	nhiều lần	
☐ ☐ ☐	nhưng	
☐ ☐ ☐	rồi	
☐ ☐ ☐	sang	
☐ ☐ ☐	sau này	
☐ ☐ ☐	thỉnh thoảng	
☐ ☐ ☐	thường xuyên	
☐ ☐ ☐	Việt Nam	

단어	읽는 법	의미
0091 anh trai	아잉 짜이	친오빠, 친형
0092 bản thân	반 턴	자기, 자신
0093 biết	비엗	알다
0094 cả nhà	까 냐	온 가족
0095 công ty	꼼 띠	회사
0096 dấu	저우	성조
0097 đều	데우	모두
0098 đũa	두어	젓가락
0099 gạo	가오	쌀
0100 gia đình	지아 딩	가족

Check!	단어 점검하기	의미 써 보기
☐ ☐ ☐	anh trai	
☐ ☐ ☐	bản thân	
☐ ☐ ☐	biết	
☐ ☐ ☐	cả nhà	
☐ ☐ ☐	công ty	
☐ ☐ ☐	dấu	
☐ ☐ ☐	đều	
☐ ☐ ☐	đũa	
☐ ☐ ☐	gạo	
☐ ☐ ☐	gia đình	

	단어	읽는 법	의미
0101	giống	지옴	같은
0102	hiện nay	히엔 나이	현재
0103	khác	칵	다른
0104	khu mua sắm	쿠 무어 쌈	쇼핑 지역
0105	món ăn	먼 안	음식
0106	năm nay	남 나이	올해
0107	năm thứ tư	남 트 뜨	4학년
0108	ngon	응언	맛있는
0109	người	응으어이	명, 사람
0110	nhau	냐우	서로

Check!	단어 점검하기	의미 써 보기
☐☐☐	giống	
☐☐☐	hiện nay	
☐☐☐	khác	
☐☐☐	khu mua sắm	
☐☐☐	món ăn	
☐☐☐	năm nay	
☐☐☐	năm thứ tư	
☐☐☐	ngon	
☐☐☐	người	
☐☐☐	nhau	

	단어	읽는 법	의미
0111	nhân viên	년 비엔	회사원
0112	nổi tiếng	노이 띠엥	유명한
0113	sinh viên	씽 비엔	대학생
0114	so sánh	써 싸잉	비교하다
0115	sử dụng	쓰 중	사용하다
0116	tiếng Hàn	띠엥 한	한국어
0117	tiếng Việt	띠엥 비엣	베트남어
0118	trung tâm	쭘 떰	중심
0119	tự	뜨	스스로
0120	văn hóa	반 호아	문화

Check!	단어 점검하기	의미 써 보기
☐ ☐ ☐	nhân viên	
☐ ☐ ☐	nổi tiếng	
☐ ☐ ☐	sinh viên	
☐ ☐ ☐	so sánh	
☐ ☐ ☐	sử dụng	
☐ ☐ ☐	tiếng Hàn	
☐ ☐ ☐	tiếng Việt	
☐ ☐ ☐	trung tâm	
☐ ☐ ☐	tự	
☐ ☐ ☐	văn hóa	

05강 시점을 물어보는 질문

단어	읽는 법	의미
0121 ăn sáng	안 쌍	아침 먹다
0122 ăn tối	안 또이	저녁 먹다
0123 bao giờ	바오 지어	언제
0124 bây giờ	버이 지어	지금
0125 chưa biết	쯔어 비엩	아직 모르다
0126 cũng	꿍	~도
0127 đi làm	디 람	출근하다
0128 được ~ rồi	드억 조이	이미 ~되다
0129 giờ	지어	시
0130 lần này	런 나이	이번

입문

실전

단어 점검하기

☑ 단어의 의미를 써 보고 내 실력을 점검해 봅시다.

Check!	단어 점검하기	의미 써 보기
☐ ☐ ☐	ăn sáng	
☐ ☐ ☐	ăn tối	
☐ ☐ ☐	bao giờ	
☐ ☐ ☐	bây giờ	
☐ ☐ ☐	chưa biết	
☐ ☐ ☐	cũng	
☐ ☐ ☐	đi làm	
☐ ☐ ☐	được ~ rồi	
☐ ☐ ☐	giờ	
☐ ☐ ☐	lần này	

	단어	읽는 법	의미
0131	lúc	룹	~에 (시간)
0132	mấy	머이	몇
0133	mong là	멍 라	~하기 바라다
0134	mồng	몸	일 (보통 1일~10일을 말할 때 사용)
0135	Mỹ	미	미국
0136	năm sau	남 싸우	내년
0137	nên	넨	그래서
0138	ngày	응아이	일
0139	phút	푿	분
0140	sẽ	쌔	~할 것이다

입문
실전

Check!	단어 점검하기	의미 써 보기
☐ ☐ ☐	lúc	
☐ ☐ ☐	mấy	
☐ ☐ ☐	mong là	
☐ ☐ ☐	mồng	
☐ ☐ ☐	Mỹ	
☐ ☐ ☐	năm sau	
☐ ☐ ☐	nên	
☐ ☐ ☐	ngày	
☐ ☐ ☐	phút	
☐ ☐ ☐	sẽ	

단어	읽는 법	의미
0141 sinh nhật	씽 녇	생일
0142 tháng sau	탕 싸우	다음 달
0143 thế	테	그러면
0144 thứ ba	트 바	화요일
0145 thức dậy	특 저이	일어나다
0146 tiếng	띠엥	시간
0147 tốt nghiệp	똗 응이엡	졸업하다
0148 từ ~ đến	뜨 덴	~부터 ~까지
0149 vào	바오	~에(시간), 입사하다
0150 về nước	베 느억	귀국하다

Check!	단어 점검하기	의미 써 보기
☐ ☐ ☐	sinh nhật	
☐ ☐ ☐	tháng sau	
☐ ☐ ☐	thế	
☐ ☐ ☐	thứ ba	
☐ ☐ ☐	thức dậy	
☐ ☐ ☐	tiếng	
☐ ☐ ☐	tốt nghiệp	
☐ ☐ ☐	từ ~ đến	
☐ ☐ ☐	vào	
☐ ☐ ☐	về nước	

	단어	읽는 법	의미
0151	bóng chày	범 짜이	야구
0152	bóng rổ	범 조	농구
0153	cho đến	쩌 덴	~에서 ~까지
0154	chơi	쩌이	놀다, 플레이하다
0155	cuối tuần	꾸오이 뚜언	주말
0156	giáp	지압	접하다
0157	giờ ăn trưa	지어 안 쯔어	점심시간
0158	ít nhất	읻 녇	최소
0159	khóa trực tuyến	코아 쪽 뚜이엔	인터넷 강의
0160	không có	콤 꺼	~이(가) 없다

Check!	단어 점검하기	의미 써 보기
☐ ☐ ☐	bóng chày	
☐ ☐ ☐	bóng rổ	
☐ ☐ ☐	cho đến	
☐ ☐ ☐	chơi	
☐ ☐ ☐	cuối tuần	
☐ ☐ ☐	giáp	
☐ ☐ ☐	giờ ăn trưa	
☐ ☐ ☐	ít nhất	
☐ ☐ ☐	khóa trực tuyến	
☐ ☐ ☐	không có	

	단어	읽는 법	의미
0161	lần trước	런 쯔억	지난번
0162	lấy chồng	러이 쫌	결혼하다, 시집가다
0163	mạng	망	인터넷
0164	ngày Tết	응아이 뗃	설날
0165	nghỉ	응이	쉬다
0166	ngủ	응우	자다
0167	thành phố	타잉 포	도시
0168	thời gian	터이 지안	시간
0169	trừ	쯔	제외하다
0170	tùy theo	뚜이 태오	~에 따라

Check!	단어 점검하기	의미 써 보기
☐ ☐ ☐	lần trước	
☐ ☐ ☐	lấy chồng	
☐ ☐ ☐	mạng	
☐ ☐ ☐	ngày Tết	
☐ ☐ ☐	nghỉ	
☐ ☐ ☐	ngủ	
☐ ☐ ☐	thành phố	
☐ ☐ ☐	thời gian	
☐ ☐ ☐	trừ	
☐ ☐ ☐	tùy theo	

입문

실전

단어	읽는 법	의미
0171 bạn gái	반 가이	여자친구
0172 bạn trai	반 짜이	남자친구
0173 bằng	방	~으로 (수단)
0174 bị tắc đường	비 딱 드엉	길이 막히다
0175 cách	까익	(거리가) 떨어져 있는
0176 cây số	꺼이 쏘	킬로미터(km)
0177 đi học	디 헙	등교하다
0178 điểm thi	디엠 티	시험 장소
0179 ga	가	역
0180 giờ cao điểm	지어 까오 디엠	러시아워(rush hour)

Check!	단어 점검하기	의미 써 보기
☐ ☐ ☐	bạn gái	
☐ ☐ ☐	bạn trai	
☐ ☐ ☐	bằng	
☐ ☐ ☐	bị tắc đường	
☐ ☐ ☐	cách	
☐ ☐ ☐	cây số	
☐ ☐ ☐	đi học	
☐ ☐ ☐	điểm thi	
☐ ☐ ☐	ga	
☐ ☐ ☐	giờ cao điểm	

단어	읽는 법	의미
0181 khá	카	꽤
0182 mất bao lâu	먿 바오 러우	얼마나 걸립니까?
0183 nhanh	냐잉	빠른
0184 tàu cao tốc	따우 까오 똡	KTX
0185 tàu điện ngầm	따우 디엔 응엄	지하철
0186 thi	티	시험보다
0187 thường	트엉	보통의
0188 thường xuyên	트엉 쑤이엔	자주
0189 xe buýt	쌔 부읻	버스
0190 xe ô tô riêng	쌔 오 또 지엥	자가용

Check!	단어 점검하기	의미 써 보기
☐ ☐ ☐	khá	
☐ ☐ ☐	mất bao lâu	
☐ ☐ ☐	nhanh	
☐ ☐ ☐	tàu cao tốc	
☐ ☐ ☐	tàu điện ngầm	
☐ ☐ ☐	thi	
☐ ☐ ☐	thường	
☐ ☐ ☐	thường xuyên	
☐ ☐ ☐	xe buýt	
☐ ☐ ☐	xe ô tô riêng	

단어	읽는 법	의미
0191 chi nhánh	찌 냐잉	지사, 지점
0192 chuẩn bị	쭈언 비	준비하다
0193 chuyển nhà	쭈이엔 냐	이사하다
0194 cơ hội	꺼 호이	기회
0195 cuộc sống	꾸옥 쏨	생활
0196 du học	주 헙	유학하다
0197 dự án	즈 안	프로젝트
0198 đất nước	덛 느억	나라, 국가
0199 đầu tư	더우 뜨	투자하다
0200 hơn	헌	~보다 ~한

Check!	단어 점검하기	의미 써 보기
☐ ☐ ☐	chi nhánh	
☐ ☐ ☐	chuẩn bị	
☐ ☐ ☐	chuyển nhà	
☐ ☐ ☐	cơ hội	
☐ ☐ ☐	cuộc sống	
☐ ☐ ☐	du học	
☐ ☐ ☐	dự án	
☐ ☐ ☐	đất nước	
☐ ☐ ☐	đầu tư	
☐ ☐ ☐	hơn	

	단어	읽는 법	의미
0201	nắm	남	잡다
0202	những	니응	~들 (복수를 나타내는 말)
0203	nuôi dạy	누오이 자이	양육하다
0204	sinh con	씽 껀	아이를 낳다
0205	thị trường	티 쯔엉	시장
0206	tiềm năng	띠엠 낭	잠재력
0207	tiền	띠엔	돈
0208	tìm hiểu	띰 히에우	살펴보다
0209	tốn	똔	비용이 들다
0210	trải nghiệm	짜이 응이엠	경험하다

Check!	단어 점검하기	의미 써 보기
☐ ☐ ☐	nắm	
☐ ☐ ☐	những	
☐ ☐ ☐	nuôi dạy	
☐ ☐ ☐	sinh con	
☐ ☐ ☐	thị trường	
☐ ☐ ☐	tiềm năng	
☐ ☐ ☐	tiền	
☐ ☐ ☐	tìm hiểu	
☐ ☐ ☐	tốn	
☐ ☐ ☐	trải nghiệm	

입문

실전

단어	읽는 법	의미
0211 cô	꼬	(여자) 선생님
0212 đây	더이	여기
0213 đọc	덥	읽다
0214 giáo viên	지아오 비엔	선생님
0215 khoa	코아	학과
0216 khoa kinh doanh	코아 낑 조아잉	경영학과
0217 nghề	응에	일, 직업
0218 nhân viên công ty	년 비엔 꼼 띠	회사원
0219 như thế nào	니으 테 나오	어떻게
0220 nước ngoài	느억 응오아이	외국(의)

Check!	단어 점검하기	의미 써 보기
☐ ☐ ☐	cô	
☐ ☐ ☐	đây	
☐ ☐ ☐	đọc	
☐ ☐ ☐	giáo viên	
☐ ☐ ☐	khoa	
☐ ☐ ☐	khoa kinh doanh	
☐ ☐ ☐	nghề	
☐ ☐ ☐	nhân viên công ty	
☐ ☐ ☐	như thế nào	
☐ ☐ ☐	nước ngoài	

입문

실전

	단어	읽는 법	의미
0221	phở bò	퍼 버	소고기 쌀국수
0222	sở thích	써 틱	취미
0223	thân thiện	턴 티엔	친절한
0224	thấy	터이	느끼다, 생각하다
0225	theo em biết	태오 앰 비엗	제가 알기로는
0226	thì	티	~은/는 (강조)
0227	thời tiết	터이 띠엗	날씨
0228	trang web	짱 웹	웹 페이지
0229	vì thế	비 테	그래서
0230	vợ	버	아내

Check!	단어 점검하기	의미 써 보기
☐ ☐ ☐	phở bò	
☐ ☐ ☐	sở thích	
☐ ☐ ☐	thân thiện	
☐ ☐ ☐	thấy	
☐ ☐ ☐	theo em biết	
☐ ☐ ☐	thì	
☐ ☐ ☐	thời tiết	
☐ ☐ ☐	trang web	
☐ ☐ ☐	vì thế	
☐ ☐ ☐	vợ	

단어	읽는 법	의미
0231 anh	아잉	형, 오빠
0232 bàn	반	테이블
0233 bỏ	버	놓다
0234 chìa khóa	찌어 코아	열쇠
0235 cửa	끄어	문
0236 đặt	닫	예약하다
0237 đổi tiền	도이 띠엔	환전하다
0238 đừng	등	~하지 마라
0239 đường	드엉	길, 도로
0240 giả sử như	지아 쓰 니으	~라고 가정한다면

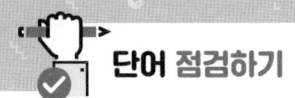
Check!	단어 점검하기	의미 써 보기
☐ ☐ ☐	anh	
☐ ☐ ☐	bàn	
☐ ☐ ☐	bỏ	
☐ ☐ ☐	chìa khóa	
☐ ☐ ☐	cửa	
☐ ☐ ☐	đặt	
☐ ☐ ☐	đổi tiền	
☐ ☐ ☐	đừng	
☐ ☐ ☐	đường	
☐ ☐ ☐	giả sử như	

입문
실전

	단어	읽는 법	의미
0241	giúp	지웁	돕다
0242	gọi	거이	주문하다
0243	gọi điện	거이 디엔	전화하다
0244	hỏi	허이	물어보다
0245	khách sạn	카익 싼	호텔
0246	làm mất	람 멑	잃어버리다
0247	mở	머	열다
0248	nếu như ~ thì	네우 니으 티	만약 ~한다면
0249	nhà hàng	냐 항	식당
0250	nhờ	녀	부탁하다

Check!	단어 점검하기	의미 써 보기
☐ ☐ ☐	giúp	
☐ ☐ ☐	gọi	
☐ ☐ ☐	gọi điện	
☐ ☐ ☐	hỏi	
☐ ☐ ☐	khách sạn	
☐ ☐ ☐	làm mất	
☐ ☐ ☐	mở	
☐ ☐ ☐	nếu như ~ thì	
☐ ☐ ☐	nhà hàng	
☐ ☐ ☐	nhờ	

	단어	읽는 법	의미
0251	nói chuyện	너이 쭈이엔	이야기하다
0252	ở	어	묵다, 머무르다
0253	phải không	파이 콤	맞습니까?
0254	phiên dịch	피엔 직	통역가
0255	phòng	펌	방
0256	phòng đôi	펌 도이	2인실
0257	rau thơm	자우 텀	향채, 고수
0258	tô	또	그릇
0259	trong trường hợp	쩜 쯔엉 헙	~한 상황이라면
0260	xin lỗi	씬 로이	실례합니다 (양해를 구하는 말)

단어 점검하기

☑ 단어의 의미를 써 보고 내 실력을 점검해 봅시다.

Check!	단어 점검하기	의미 써 보기
☐ ☐ ☐	nói chuyện	
☐ ☐ ☐	ở	
☐ ☐ ☐	phải không	
☐ ☐ ☐	phiên dịch	
☐ ☐ ☐	phòng	
☐ ☐ ☐	phòng đôi	
☐ ☐ ☐	rau thơm	
☐ ☐ ☐	tô	
☐ ☐ ☐	trong trường hợp	
☐ ☐ ☐	xin lỗi	

입문

실전

단어	읽는 법	의미
0261 bộ phận bán hàng	보펀반항	영업부
0262 cảm ơn	깜언	감사합니다
0263 chào	짜오	인사하다
0264 chăm sóc	짬썹	돌보다
0265 có	꺼	(갖고) 있다
0266 con trai	껀 짜이	아들
0267 của	꾸어	~의
0268 đi dạo	디 자오	산책하다
0269 đọc sách	덥 싸익	독서하다
0270 gia đình	지아 딩	가족

Check!	단어 점검하기	의미 써 보기
☐ ☐ ☐	bộ phận bán hàng	
☐ ☐ ☐	cảm ơn	
☐ ☐ ☐	chào	
☐ ☐ ☐	chăm sóc	
☐ ☐ ☐	có	
☐ ☐ ☐	con trai	
☐ ☐ ☐	của	
☐ ☐ ☐	đi dạo	
☐ ☐ ☐	đọc sách	
☐ ☐ ☐	gia đình	

	단어	읽는 법	의미
0271	hết	헫	마치다
0272	năm nay	남 나이	올해
0273	năm thứ hai	남 트 하이	2학년
0274	nội trợ	노이 쩌	주부
0275	rảnh	자잉	한가한
0276	sở thích	써 틱	취미
0277	tập thể dục	떱 테 줍	운동하다
0278	tên	뗀	이름
0279	tên tiếng Việt	뗀 띠엥 비엗	베트남 이름
0280	tuổi	뚜오이	나이, 세

Check!	단어 점검하기	의미 써 보기
☐ ☐ ☐	hết	
☐ ☐ ☐	năm nay	
☐ ☐ ☐	năm thứ hai	
☐ ☐ ☐	nội trợ	
☐ ☐ ☐	rảnh	
☐ ☐ ☐	sở thích	
☐ ☐ ☐	tập thể dục	
☐ ☐ ☐	tên	
☐ ☐ ☐	tên tiếng Việt	
☐ ☐ ☐	tuổi	

12강 가족

	단어	읽는 법	의미
0281	bận	번	바쁜
0282	chưa	쯔어	아직 ~않다
0283	con cả	껀 까	첫째(자녀)
0284	con út	껀 웉	막내(자녀)
0285	công việc	꼼 비엑	업무
0286	dự định	즈 딩	예정
0287	em trai	앰 짜이	친남동생
0288	hạnh phúc	하잉 풉	행복한
0289	học sinh	헙 씽	학생
0290	hợp	헙	맞는

단어 점검하기

☑ 단어의 의미를 써 보고 내 실력을 점검해 봅시다.

Check!	단어 점검하기	의미 써 보기
☐ ☐ ☐	bận	
☐ ☐ ☐	chưa	
☐ ☐ ☐	con cả	
☐ ☐ ☐	con út	
☐ ☐ ☐	công việc	
☐ ☐ ☐	dự định	
☐ ☐ ☐	em trai	
☐ ☐ ☐	hạnh phúc	
☐ ☐ ☐	học sinh	
☐ ☐ ☐	hợp	

	단어	읽는 법	의미
0291	kế hoạch	께 호아익	계획
0292	lâu	러우	오랜
0293	leo núi	래오 누이	등산하다
0294	lớp	럽	학년
0295	nhờ	녀	덕분에
0296	tốt	똗	좋은
0297	trước đây	쯔억 더이	전에, 이전에
0298	từ từ	뜨 뜨	천천히
0299	vui tính	부이 띵	유쾌한
0300	yêu	이에우	사랑하다

Check!	단어 점검하기	의미 써 보기
☐☐☐	kế hoạch	
☐☐☐	lâu	
☐☐☐	leo núi	
☐☐☐	lớp	
☐☐☐	nhờ	
☐☐☐	tốt	
☐☐☐	trước đây	
☐☐☐	từ từ	
☐☐☐	vui tính	
☐☐☐	yêu	

단어	읽는 법	의미
0301 bãi biển	바이 비엔	해변
0302 chị gái	찌 가이	친누나, 친언니
0303 chồng	쫌	남편
0304 chung cư	쭘 끄	아파트
0305 đảo	다오	섬
0306 hải sản	하이 싼	해산물
0307 hơn nữa	헌 느어	게다가
0308 ký túc xá	끼 뚭 싸	기숙사
0309 làng cổ	랑 꼬	전통 마을
0310 nằm	남	~에 위치하다

Check!	단어 점검하기	의미 써 보기
☐ ☐ ☐	bãi biển	
☐ ☐ ☐	chị gái	
☐ ☐ ☐	chồng	
☐ ☐ ☐	chung cư	
☐ ☐ ☐	đảo	
☐ ☐ ☐	hải sản	
☐ ☐ ☐	hơn nữa	
☐ ☐ ☐	ký túc xá	
☐ ☐ ☐	làng cổ	
☐ ☐ ☐	nằm	

	단어	읽는 법	의미
0311	nhà riêng	냐 지엥	주택
0312	nhất định	녇 딩	꼭
0313	núi	누이	산
0314	phía	피어	쪽, 방향
0315	phía trên	피어 쩬	위쪽
0316	quê	꾸에	고향
0317	rưỡi	즈어이	단위의 절반
0318	thăm	탐	방문하다
0319	thủ đô	투 도	수도
0320	xa	싸	먼

입문

실전

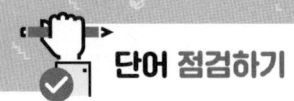

단어 점검하기

☑ 단어의 의미를 써 보고 내 실력을 점검해 봅시다.

Check!	단어 점검하기	의미 써 보기
☐ ☐ ☐	nhà riêng	
☐ ☐ ☐	nhất định	
☐ ☐ ☐	núi	
☐ ☐ ☐	phía	
☐ ☐ ☐	phía trên	
☐ ☐ ☐	quê	
☐ ☐ ☐	rưỡi	
☐ ☐ ☐	thăm	
☐ ☐ ☐	thủ đô	
☐ ☐ ☐	xa	

단어	읽는 법	의미
0321 buổi	부오이	번
0322 chăm chỉ	짬 찌	열심히 하는
0323 chủ nhật	쭈 녓	일요일
0324 dạy	자이	가르치다
0325 dấu	저우	성조
0326 đồng nghiệp	돔 응이엡	동료
0327 mỗi lần	모이 런	매번
0328 mỗi ngày	모이 응아이	매일
0329 ngữ pháp	응으 팝	문법
0330 phát âm	팓 엄	발음

단어 점검하기

☑ 단어의 의미를 써 보고 내 실력을 점검해 봅시다.

Check!	단어 점검하기	의미 써 보기
☐ ☐ ☐	buổi	
☐ ☐ ☐	chăm chỉ	
☐ ☐ ☐	chủ nhật	
☐ ☐ ☐	dạy	
☐ ☐ ☐	dấu	
☐ ☐ ☐	đồng nghiệp	
☐ ☐ ☐	mỗi lần	
☐ ☐ ☐	mỗi ngày	
☐ ☐ ☐	ngữ pháp	
☐ ☐ ☐	phát âm	

	단어	읽는 법	의미
0331	phần nghe	펀 응애	듣기 부분
0332	tại	따이	~에서
0333	thanh điệu	타잉 디에우	성조
0334	thứ hai	트 하이	월요일
0335	thứ sáu	트 싸우	금요일
0336	thứ tư	트 뜨	수요일
0337	tiếng Việt	띠엥 비엗	베트남어
0338	tiếp tục	띠엡 뚭	계속하다
0339	từ vựng	뜨 븡	단어
0340	vui	부이	재미있는

단어 점검하기

☑ 단어의 의미를 써 보고 내 실력을 점검해 봅시다.

Check!	단어 점검하기	의미 써 보기
☐ ☐ ☐	phần nghe	
☐ ☐ ☐	tại	
☐ ☐ ☐	thanh điệu	
☐ ☐ ☐	thứ hai	
☐ ☐ ☐	thứ sáu	
☐ ☐ ☐	thứ tư	
☐ ☐ ☐	tiếng Việt	
☐ ☐ ☐	tiếp tục	
☐ ☐ ☐	từ vựng	
☐ ☐ ☐	vui	

단어	읽는 법	의미
0341 bộ phim	보 핌	영화
0342 cảm động	깜 돔	감동하다, 감동적인
0343 căng thẳng	깡 탕	스트레스
0344 chương trình âm nhạc	쯔엉 찡 엄 냑	음악 프로그램
0345 chương trình giải trí	쯔엉 찡 지아이 찌	예능 프로그램
0346 chương trình thời sự	쯔엉 찡 터이 쓰	뉴스 프로그램
0347 cười	끄어이	웃다
0348 cứu	끄우	구하다
0349 diễn viên	지엔 비엔	배우
0350 đôi tình nhân	도이 띵 년	커플

단어 점검하기

⊘ 단어의 의미를 써 보고 내 실력을 점검해 봅시다.

Check!	단어 점검하기	의미 써 보기
☐ ☐ ☐	bộ phim	
☐ ☐ ☐	cảm động	
☐ ☐ ☐	căng thẳng	
☐ ☐ ☐	chương trình âm nhạc	
☐ ☐ ☐	chương trình giải trí	
☐ ☐ ☐	chương trình thời sự	
☐ ☐ ☐	cười	
☐ ☐ ☐	cứu	
☐ ☐ ☐	diễn viên	
☐ ☐ ☐	đôi tình nhân	

	단어	읽는 법	의미
0351	giảm	지암	줄이다
0352	hay	하이	재미있는
0353	loại phim hài	로아이 핌 하이	코미디 영화
0354	loại phim hành động	로아이 핌 하잉 돔	액션 영화
0355	loại phim kinh dị	로아이 핌 낑 지	공포 영화
0356	loại phim tình cảm	로아이 핌 띵 깜	로맨스 영화
0357	rạp chiếu phim	잡 찌에우 핌	영화관
0358	thế giới	테 지어이	세계
0359	thú vị	투 비	재미있는
0360	tình yêu	띵 이에우	사랑

Check!	단어 점검하기	의미 써 보기
☐ ☐ ☐	giảm	
☐ ☐ ☐	hay	
☐ ☐ ☐	loại phim hài	
☐ ☐ ☐	loại phim hành động	
☐ ☐ ☐	loại phim kinh dị	
☐ ☐ ☐	loại phim tình cảm	
☐ ☐ ☐	rạp chiếu phim	
☐ ☐ ☐	thế giới	
☐ ☐ ☐	thú vị	
☐ ☐ ☐	tình yêu	

	단어	읽는 법	의미
0361	bắt bóng	받 범	포수
0362	bóng chày	범 짜이	야구
0363	bóng đá	범 다	축구
0364	bóng rổ	범 조	농구
0365	cầu thủ	꺼우 투	선수
0366	chơi	쩌이	놀다, 플레이하다
0367	đội	도이	팀
0368	gần nhà	건 냐	집 근처
0369	hậu vệ	허우 베	수비수
0370	không những ~ mà còn	콤 니응 마 꺼	~뿐만 아니라

단어 점검하기

☑️ 단어의 의미를 써 보고 내 실력을 점검해 봅시다.

Check!	단어 점검하기	의미 써 보기
☐☐☐	bắt bóng	
☐☐☐	bóng chày	
☐☐☐	bóng đá	
☐☐☐	bóng rổ	
☐☐☐	cầu thủ	
☐☐☐	chơi	
☐☐☐	đội	
☐☐☐	gần nhà	
☐☐☐	hậu vệ	
☐☐☐	không những ~ mà còn	

	단어	읽는 법	의미
0371	ném bóng	냄 범	투수
0372	sân bóng chày	썬 범 짜이	야구장
0373	sân vận động	썬 번 돔	운동장
0374	sức khỏe	쓱 코애	건강
0375	thắng trận	탕 쩐	승리하다
0376	thủ môn	투 몬	골키퍼
0377	tiền đạo	띠엔 다오	공격수
0378	tiền vệ	띠엔 베	미드필더
0379	vì	비	~하기 때문에
0380	vị trí	비 찌	포지션

Check!	단어 점검하기	의미 써 보기
☐ ☐ ☐	ném bóng	
☐ ☐ ☐	sân bóng chày	
☐ ☐ ☐	sân vận động	
☐ ☐ ☐	sức khỏe	
☐ ☐ ☐	thắng trận	
☐ ☐ ☐	thủ môn	
☐ ☐ ☐	tiền đạo	
☐ ☐ ☐	tiền vệ	
☐ ☐ ☐	vì	
☐ ☐ ☐	vị trí	

입문

실전

	단어	읽는 법	의미
0381	ấm	엄	따뜻한
0382	dịch vụ	직부	서비스
0383	điểm du lịch	디엠 주 릭	여행지
0384	gỏi cá	거이 까	생선회
0385	Hồng Kông	홈 꼼	홍콩
0386	lạnh	라잉	추운
0387	Lào	라오	라오스
0388	lâu đài	러우 다이	성, 궁궐
0389	mì ramen	미 라맨	라멘
0390	mì Ý	미 이	스파게티

✓ 단어 점검하기

> ✓ 단어의 의미를 써 보고 내 실력을 점검해 봅시다.

Check!	단어 점검하기	의미 써 보기
☐ ☐ ☐	ấm	
☐ ☐ ☐	dịch vụ	
☐ ☐ ☐	điểm du lịch	
☐ ☐ ☐	gỏi cá	
☐ ☐ ☐	Hồng Kông	
☐ ☐ ☐	lạnh	
☐ ☐ ☐	Lào	
☐ ☐ ☐	lâu đài	
☐ ☐ ☐	mì ramen	
☐ ☐ ☐	mì Ý	

단어	읽는 법	의미
0391 Nha Trang	냐짱	냐짱 (베트남의 도시 이름)
0392 nhà trọ	냐쩌	게스트하우스
0393 nhất	녇	가장, 제일
0394 Nhật	녇	일본
0395 nóng	넘	더운
0396 nữa	느어	더
0397 Thái Lan	타이란	태국
0398 trời	쩌이	날씨
0399 vân vân	번번	기타 등등
0400 Ý	이	이탈리아

단어 점검하기

☑ 단어의 의미를 써 보고 내 실력을 점검해 봅시다.

Check!	단어 점검하기	의미 써 보기
☐ ☐ ☐	Nha Trang	
☐ ☐ ☐	nhà trọ	
☐ ☐ ☐	nhất	
☐ ☐ ☐	Nhật	
☐ ☐ ☐	nóng	
☐ ☐ ☐	nữa	
☐ ☐ ☐	Thái Lan	
☐ ☐ ☐	trời	
☐ ☐ ☐	vân vân	
☐ ☐ ☐	Ý	

단어	읽는 법	의미
0401 chi nhánh	찌 냐잉	지사, 지점
0402 chủ yếu	쭈 이에우	주요한
0403 công tác	꼼 딱	출장 가다
0404 đào tạo	다오 따오	교육하다
0405 đẹp	댑	예쁜
0406 đi lại	디 라이	오고 가다
0407 đối tác	도이 딱	협력사
0408 gặp	갑	만나다
0409 khách hàng	카익 항	고객
0410 nhân viên	년 비엔	직원

Check!	단어 점검하기	의미 써 보기
☐ ☐ ☐	chi nhánh	
☐ ☐ ☐	chủ yếu	
☐ ☐ ☐	công tác	
☐ ☐ ☐	đào tạo	
☐ ☐ ☐	đẹp	
☐ ☐ ☐	đi lại	
☐ ☐ ☐	đối tác	
☐ ☐ ☐	gặp	
☐ ☐ ☐	khách hàng	
☐ ☐ ☐	nhân viên	

	단어	읽는 법	의미
0411	nữa	느어	더, 또
0412	quản lý	꾸안 리	관리하다
0413	sản phẩm	싼 펌	상품
0414	sản xuất	싼 쑤얻	생산하다
0415	thời tiết	터이 띠엗	날씨
0416	tiện	띠엔	편리한
0417	tòa nhà	또아 냐	건물
0418	trước	쯔억	전
0419	xe điện	쌔 디엔	전차, 트램
0420	xe tắc xi	쌔 딱 씨	택시

Check!	단어 점검하기	의미 써 보기
☐ ☐ ☐	nữa	
☐ ☐ ☐	quản lý	
☐ ☐ ☐	sản phẩm	
☐ ☐ ☐	sản xuất	
☐ ☐ ☐	thời tiết	
☐ ☐ ☐	tiện	
☐ ☐ ☐	tòa nhà	
☐ ☐ ☐	trước	
☐ ☐ ☐	xe điện	
☐ ☐ ☐	xe tắc xi	

단어	읽는 법	의미
0421 bán	반	판매하다
0422 bộ phận	보 펀	부서
0423 chất lượng	쩔 르엉	품질
0424 đầu tư	더우 뜨	투자하다
0425 giám đốc	지암 돕	사장
0426 hỗ trợ	호 쩌	지원하다
0427 kế hoạch bán hàng	께 호아익 반 항	영업 계획
0428 kinh doanh	낑 조아잉	경영하다
0429 lập	럽	세우다
0430 nằm	남	~에 위치하다

✓ 단어의 의미를 써 보고 내 실력을 점검해 봅시다.

Check!	단어 점검하기	의미 써 보기
☐ ☐ ☐	bán	
☐ ☐ ☐	bộ phận	
☐ ☐ ☐	chất lượng	
☐ ☐ ☐	đầu tư	
☐ ☐ ☐	giám đốc	
☐ ☐ ☐	hỗ trợ	
☐ ☐ ☐	kế hoạch bán hàng	
☐ ☐ ☐	kinh doanh	
☐ ☐ ☐	lập	
☐ ☐ ☐	nằm	

	단어	읽는 법	의미
0431	phát triển	팔 찌엔	발전하다
0432	phí nhân công	피 년 꽁	인건비
0433	phong phú	펌 푸	풍부한
0434	quản lý	꾸안 리	관리하다
0435	rượu	즈어우	술
0436	tài nguyên	따이 응우이엔	자원
0437	thấp	텁	낮은
0438	thực phẩm	특 펌	식품
0439	uống	우옹	마시다
0440	vất vả	벋 바	힘든, 고된

단어 점검하기 ☑ 단어의 의미를 써 보고 내 실력을 점검해 봅시다.

Check!	단어 점검하기	의미 써 보기
☐☐☐	phát triển	
☐☐☐	phí nhân công	
☐☐☐	phong phú	
☐☐☐	quản lý	
☐☐☐	rượu	
☐☐☐	tài nguyên	
☐☐☐	thấp	
☐☐☐	thực phẩm	
☐☐☐	uống	
☐☐☐	vất vả	

단어	읽는 법	의미
0441 công nghệ điện tử	꼼 응에 디엔 뜨	전자공학
0442 học	헙	공부하다
0443 khoa kinh doanh	코아 낑 조아잉	경영학과
0444 khoa thể dục	코아 테 줍	체육학과
0445 năm thứ tư	남 트 뜨	4학년
0446 ra trường	자 쯔엉	졸업하다
0447 sau khi	싸우 키	~한 후에
0448 sân vận động	썬 번 돔	운동장
0449 sinh viên	씽 비엔	대학생
0450 thú vị	투 비	흥미로운, 재미있는

단어 점검하기

☑ 단어의 의미를 써 보고 내 실력을 점검해 봅시다.

Check!	단어 점검하기	의미 써 보기
☐ ☐ ☐	công nghệ điện tử	
☐ ☐ ☐	học	
☐ ☐ ☐	khoa kinh doanh	
☐ ☐ ☐	khoa thể dục	
☐ ☐ ☐	năm thứ tư	
☐ ☐ ☐	ra trường	
☐ ☐ ☐	sau khi	
☐ ☐ ☐	sân vận động	
☐ ☐ ☐	sinh viên	
☐ ☐ ☐	thú vị	

입문

실전

	단어	읽는 법	의미
0451	thứ hai	트 하이	월요일
0452	thứ sáu	트 싸우	금요일
0453	thư viện	트 비엔	도서관
0454	tốt nghiệp	똗 응이엡	졸업하다
0455	trường	쯔엉	학교
0456	trường đại học	쯔엉 다이 헙	대학교
0457	vào	바오	들어가다
0458	vất vả	벋 바	힘든, 고된
0459	việc học	비엑 헙	학업
0460	xa	싸	먼

Check!	단어 점검하기	의미 써 보기
☐ ☐ ☐	thứ hai	
☐ ☐ ☐	thứ sáu	
☐ ☐ ☐	thư viện	
☐ ☐ ☐	tốt nghiệp	
☐ ☐ ☐	trường	
☐ ☐ ☐	trường đại học	
☐ ☐ ☐	vào	
☐ ☐ ☐	vất vả	
☐ ☐ ☐	việc học	
☐ ☐ ☐	xa	

단어	읽는 법	의미
0461 công viên chủ đề	꼼 비엔 쭈 데	테마공원
0462 đa dạng	다 장	다양한
0463 mọi thứ	머이 트	모든 것
0464 món ăn	먼 안	음식
0465 mua	무어	사다
0466 nét truyền thống	냍 쭈이엔 톰	전통적인 면
0467 ngắm	응암	보다
0468 quà lưu niệm	꾸아 르우 니엠	기념품
0469 toàn cảnh	또안 까잉	전경
0470 trò chơi	쩌 쩌이	놀이

Check!	단어 점검하기	의미 써 보기
☐ ☐ ☐	công viên chủ đề	
☐ ☐ ☐	đa dạng	
☐ ☐ ☐	mọi thứ	
☐ ☐ ☐	món ăn	
☐ ☐ ☐	mua	
☐ ☐ ☐	nét truyền thống	
☐ ☐ ☐	ngắm	
☐ ☐ ☐	quà lưu niệm	
☐ ☐ ☐	toàn cảnh	
☐ ☐ ☐	trò chơi	

입문

실전

단어	읽는 법	의미
0471 bao nhiêu	바오 니에우	얼마
0472 bắt đầu	받 더우	시작하다
0473 số điện thoại	쏘 디엔 토아이	연락처
0474 tất cả	떧 까	모두
0475 thẻ tín dụng	태 띤 줌	신용카드
0476 thông tin	톰 띤	정보
0477 tiền mặt	띠엔 맏	현금
0478 tiếp tân	띠엡 떤	리셉션
0479 trả tiền	짜 띠엔	계산하다
0480 vở kịch	버 끽	역할극

Check!	단어 점검하기	의미 써 보기
☐ ☐ ☐	bao nhiêu	
☐ ☐ ☐	bắt đầu	
☐ ☐ ☐	số điện thoại	
☐ ☐ ☐	tất cả	
☐ ☐ ☐	thẻ tín dụng	
☐ ☐ ☐	thông tin	
☐ ☐ ☐	tiền mặt	
☐ ☐ ☐	tiếp tân	
☐ ☐ ☐	trả tiền	
☐ ☐ ☐	vở kịch	

단어	읽는 법	의미
0481 bia	비어	맥주
0482 cần	껀	필요하다
0483 chai	짜이	병
0484 chờ	쩌	기다리다
0485 đăng ký	당 끼	등록하다
0486 hội thoại	호이 토아이	회화
0487 lớp	럽	수업, 반
0488 ôn thi	온 티	시험공부
0489 phí học	피 헙	수업료
0490 trả phòng	짜 펌	체크아웃하다

입문

실전

Check!	단어 점검하기	의미 써 보기
☐ ☐ ☐	bia	
☐ ☐ ☐	cần	
☐ ☐ ☐	chai	
☐ ☐ ☐	chờ	
☐ ☐ ☐	đăng ký	
☐ ☐ ☐	hội thoại	
☐ ☐ ☐	lớp	
☐ ☐ ☐	ôn thi	
☐ ☐ ☐	phí học	
☐ ☐ ☐	trả phòng	

단어	읽는 법	의미
0491 câu hỏi	꺼우 허이	질문
0492 chu đáo	쭈 다오	친절한, 자상한
0493 gia đình	지아 딩	가족
0494 mời	머이	초대하다, 청하다
0495 quê	꾸에	고향
0496 sống	쏨	살다
0497 sở thích	써 틱	취미
0498 thành phố	타잉 포	도시
0499 thầy	터이	(남자) 선생님
0500 thế à	테 아	그렇습니까?

입문

실전

Check!	단어 점검하기	의미 써 보기
☐ ☐ ☐	câu hỏi	
☐ ☐ ☐	chu đáo	
☐ ☐ ☐	gia đình	
☐ ☐ ☐	mời	
☐ ☐ ☐	quê	
☐ ☐ ☐	sống	
☐ ☐ ☐	sở thích	
☐ ☐ ☐	thành phố	
☐ ☐ ☐	thầy	
☐ ☐ ☐	thế à	

단어	읽는 법	의미
0501 đặt bàn	닫 반	(식당을) 예약하다
0502 điểm du lịch	디엠 주 릭	여행지
0503 hay	하이	아니면
0504 khóa trực tuyến	코아 쯕 뚜이엔	인터넷 강의
0505 mát	맏	시원한
0506 mùa thu	무어 투	가을
0507 người đặt	응으어이 닫	예약자
0508 tàu điện ngầm	따우 디엔 응엄	지하철
0509 thời tiết	터이 띠엗	날씨
0510 toàn cảnh	또안 까잉	전경

단어 점검하기

⊘ 단어의 의미를 써 보고 내 실력을 점검해 봅시다.

Check!	단어 점검하기	의미 써 보기
☐ ☐ ☐	đặt bàn	
☐ ☐ ☐	điểm du lịch	
☐ ☐ ☐	hay	
☐ ☐ ☐	khóa trực tuyến	
☐ ☐ ☐	mát	
☐ ☐ ☐	mùa thu	
☐ ☐ ☐	người đặt	
☐ ☐ ☐	tàu điện ngầm	
☐ ☐ ☐	thời tiết	
☐ ☐ ☐	toàn cảnh	

베 트 남 어
OPI VOCA

실 전

단어	읽는 법	의미
0511 cho	쩌	~에게
0512 cô	꼬	(여자) 선생님
0513 đối với em	도이 버이 앰	저에게 있어서는
0514 em nghĩ	앰 응이	제 생각에는
0515 em thấy	앰 터이	제가 느끼기에
0516 khác	칵	다른
0517 không biết	콤 비엗	모르다
0518 không hiểu	콤 히에우	이해 못 하다
0519 lại	라이	다시
0520 một chút	몯 쭏	조금

Check!	단어 점검하기	의미 써 보기
☑️☐☐	cho	🖊
☐☐☐	cô	
☐☐☐	đối với em	
☐☐☐	em nghĩ	
☐☐☐	em thấy	
☐☐☐	khác	
☐☐☐	không biết	
☐☐☐	không hiểu	
☐☐☐	lại	
☐☐☐	một chút	

	단어	읽는 법	의미
0521	nói	너이	말하다
0522	suy nghĩ	쑤이 응이	생각하다
0523	thay	타이	대신하다
0524	thầy	터이	(남자) 선생님
0525	theo em	태오 앰	저에 따르면
0526	thế nào	테 나오	어떻게
0527	trả lời	짜 러이	대답하다
0528	về	베	~에 대해서
0529	xin	씬	[문장 앞에서 높임을 나타낼 때 사용]
0530	xin lỗi	씬 로이	실례합니다 (양해를 구하는 말)

Check!	단어 점검하기	의미 써 보기
☐ ☐ ☐	nói	
☐ ☐ ☐	suy nghĩ	
☐ ☐ ☐	thay	
☐ ☐ ☐	thầy	
☐ ☐ ☐	theo em	
☐ ☐ ☐	thế nào	
☐ ☐ ☐	trả lời	
☐ ☐ ☐	về	
☐ ☐ ☐	xin	
☐ ☐ ☐	xin lỗi	

	단어	읽는 법	의미
0531	các	깍	~들 (복수를 나타내는 말)
0532	cãi nhau	까이 나우	다투다
0533	cha mẹ	짜 매	부모님
0534	chồng	쫌	남편
0535	con	껀	자녀, 아이
0536	con gái duy nhất	껀 가이 주이 녇	외동딸
0537	công viên	꼼 비엔	공원
0538	cùng với	꿈 버이	~와(과) 함께
0539	dã ngoại	자 응오아이	피크닉, 소풍
0540	em gái	앰 가이	친여동생

 **단어 점검하기** ☑ 단어의 의미를 써 보고 내 실력을 점검해 봅시다.

Check!	단어 점검하기	의미 써 보기
☐ ☐ ☐	các	
☐ ☐ ☐	cãi nhau	
☐ ☐ ☐	cha mẹ	
☐ ☐ ☐	chồng	
☐ ☐ ☐	con	
☐ ☐ ☐	con gái duy nhất	
☐ ☐ ☐	công viên	
☐ ☐ ☐	cùng với	
☐ ☐ ☐	dã ngoại	
☐ ☐ ☐	em gái	

입문

실전

	단어	읽는 법	의미
0541	lẫn nhau	런 냐우	서로
0542	lớn lên	런 렌	자라다
0543	luôn	루온	항상
0544	nên	넨	그래서, 그러므로
0545	nghe lời	응애 러이	말을 듣다
0546	ngoan	응오안	착한
0547	nhỏ	녀	어린
0548	ở đây	어 더이	여기에서
0549	sinh ra	씽 자	태어나다
0550	tôn kính	똔 낑	존경하다

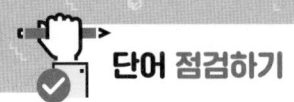

단어 점검하기

☑ 단어의 의미를 써 보고 내 실력을 점검해 봅시다.

Check!	단어 점검하기	의미 써 보기
☐ ☐ ☐	lẫn nhau	
☐ ☐ ☐	lớn lên	
☐ ☐ ☐	luôn	
☐ ☐ ☐	nên	
☐ ☐ ☐	nghe lời	
☐ ☐ ☐	ngoan	
☐ ☐ ☐	nhỏ	
☐ ☐ ☐	ở đây	
☐ ☐ ☐	sinh ra	
☐ ☐ ☐	tôn kính	

단어	읽는 법	의미
0551 bạn gái	반 가이	여자친구
0552 bạn trai	반 짜이	남자친구
0553 bận	번	바쁜
0554 bình dân	빙 전	서민적인, 평민적인
0555 cao tuổi	까오 뚜오이	연세가 많은
0556 chạy bộ	짜이 보	조깅하다
0557 chăm sóc	짬 썹	돌보다
0558 công viên	꼼 비엔	공원
0559 dần dần	전 전	서서히
0560 đi dạo	디 자오	산책하다

Check!	단어 점검하기	의미 써 보기
☐ ☐ ☐	bạn gái	
☐ ☐ ☐	bạn trai	
☐ ☐ ☐	bận	
☐ ☐ ☐	bình dân	
☐ ☐ ☐	cao tuổi	
☐ ☐ ☐	chạy bộ	
☐ ☐ ☐	chăm sóc	
☐ ☐ ☐	công viên	
☐ ☐ ☐	dần dần	
☐ ☐ ☐	đi dạo	

	단어	읽는 법	의미
0561	đông	돔	많은
0562	khách quen	카익 꾸앤	단골손님
0563	không những ~ mà còn	콤 니응 마 껀	~뿐만 아니라
0564	lãng mạn	랑 만	낭만적인
0565	leo núi	래오 누이	등산하다
0566	mãi mãi	마이 마이	영원히
0567	người yêu	응으어이 이에우	애인
0568	nhiệt tình	니엗 띵	열정적인
0569	quán cơm	꾸안 껌	음식점
0570	quen nhau	꾸앤 나우	사귀다

Check!	단어 점검하기	의미 써 보기
☐ ☐ ☐	đông	
☐ ☐ ☐	khách quen	
☐ ☐ ☐	không những ~ mà còn	
☐ ☐ ☐	lãng mạn	
☐ ☐ ☐	leo núi	
☐ ☐ ☐	mãi mãi	
☐ ☐ ☐	người yêu	
☐ ☐ ☐	nhiệt tình	
☐ ☐ ☐	quán cơm	
☐ ☐ ☐	quen nhau	

	단어	읽는 법	의미
0571	sinh nhật	씽 녇	생일
0572	tặng	땅	선물하다
0573	tập thể dục	떱 테 줍	운동하다
0574	thân thiện	턴 티엔	친절한
0575	thông minh	톰 밍	똑똑한
0576	thường	트엉	보통
0577	tuy ~ nhưng	뚜이 니응	비록 ~지만
0578	vợ	버	아내
0579	y tá	이 따	간호사
0580	yêu từ cái nhìn đầu tiên	이에우 뜨 까이 닌 더우 띠엔	첫눈에 반하다

Check!	단어 점검하기	의미 써 보기
☐ ☐ ☐	sinh nhật	
☐ ☐ ☐	tặng	
☐ ☐ ☐	tập thể dục	
☐ ☐ ☐	thân thiện	
☐ ☐ ☐	thông minh	
☐ ☐ ☐	thường	
☐ ☐ ☐	tuy ~ nhưng	
☐ ☐ ☐	vợ	
☐ ☐ ☐	y tá	
☐ ☐ ☐	yêu từ cái nhìn đầu tiên	

단어	읽는 법	의미
0581 cảnh	까잉	풍경
0582 đảo	다오	섬
0583 đặc sản	닥 싼	특산물
0584 đồ ăn	도 안	먹을거리
0585 ga tàu điện ngầm	가 따우 디엔 응엄	지하철역
0586 gần	건	가까운
0587 giao thông	지아오 톰	교통
0588 lớn	런	큰
0589 một mình	몯 밍	혼자
0590 mua	무어	사다

Check!	단어 점검하기	의미 써 보기
☐ ☐ ☐	cảnh	
☐ ☐ ☐	đảo	
☐ ☐ ☐	đặc sản	
☐ ☐ ☐	đồ ăn	
☐ ☐ ☐	ga tàu điện ngầm	
☐ ☐ ☐	gần	
☐ ☐ ☐	giao thông	
☐ ☐ ☐	lớn	
☐ ☐ ☐	một mình	
☐ ☐ ☐	mua	

	단어	읽는 법	의미
0591	nhà thuốc	냐 투옥	약국
0592	nổi tiếng	노이 띠엥	유명한
0593	phát triển	팥 찌엔	발전하다
0594	quê	꾸에	고향
0595	siêu thị	씨에우 티	마트
0596	thành phố biển	타잉 포 비엔	해양도시
0597	thủ đô	투 도	수도
0598	tiện lợi	띠엔 러이	편리한
0599	trung tâm	쭘 떰	중심
0600	yên tĩnh	이엔 띵	조용한

Check!	단어 점검하기	의미 써 보기
☐ ☐ ☐	nhà thuốc	
☐ ☐ ☐	nổi tiếng	
☐ ☐ ☐	phát triển	
☐ ☐ ☐	quê	
☐ ☐ ☐	siêu thị	
☐ ☐ ☐	thành phố biển	
☐ ☐ ☐	thủ đô	
☐ ☐ ☐	tiện lợi	
☐ ☐ ☐	trung tâm	
☐ ☐ ☐	yên tĩnh	

05강 학생

T 30

	단어	읽는 법	의미
0601	bài học	바이 헙	수업 내용
0602	buôn bán	부온 반	교역하다
0603	chuyên gia	쭈이엔 지아	전문가
0604	chuyên ngành	쭈이엔 응아잉	전공
0605	cố gắng	꼬 강	노력하다
0606	giáo sư	지아오 쓰	교수
0607	hài lòng	하이 럼	만족하다
0608	hàng cây ngân hạnh	항 꺼이 응언 하잉	은행나무 가로수길
0609	học bài	헙 바이	공부하다
0610	kế toán	께 또안	회계

입문

실전

단어 점검하기

☑ 단어의 의미를 써 보고 내 실력을 점검해 봅시다.

Check!	단어 점검하기	의미 써 보기
☐ ☐ ☐	bài học	
☐ ☐ ☐	buôn bán	
☐ ☐ ☐	chuyên gia	
☐ ☐ ☐	chuyên ngành	
☐ ☐ ☐	cố gắng	
☐ ☐ ☐	giáo sư	
☐ ☐ ☐	hài lòng	
☐ ☐ ☐	hàng cây ngân hạnh	
☐ ☐ ☐	học bài	
☐ ☐ ☐	kế toán	

단어	읽는 법	의미
0611 khoa tâm lý	코아 떰 리	심리학과
0612 lâu dài	러우 자이	오랜
0613 lịch sử	릭 쓰	역사
0614 tâm lý kết hôn	떰 리 껱 혼	결혼심리
0615 tâm lý xã hội	떰 리 싸 호이	사회심리
0616 thạc sĩ	탁 씨	석사
0617 thành tích	타잉 띡	성적
0618 thương mại	트엉 마이	무역
0619 tiến sĩ	띠엔 씨	박사
0620 tiết học	띠엗 헙	수업

단어 점검하기

☑ 단어의 의미를 써 보고 내 실력을 점검해 봅시다.

Check!	단어 점검하기	의미 써 보기
☐ ☐ ☐	khoa tâm lý	
☐ ☐ ☐	lâu dài	
☐ ☐ ☐	lịch sử	
☐ ☐ ☐	tâm lý kết hôn	
☐ ☐ ☐	tâm lý xã hội	
☐ ☐ ☐	thạc sĩ	
☐ ☐ ☐	thành tích	
☐ ☐ ☐	thương mại	
☐ ☐ ☐	tiến sĩ	
☐ ☐ ☐	tiết học	

	단어	읽는 법	의미
0621	cao	까오	높은
0622	chế độ phúc lợi	쩨 도 풉 러이	복지제도
0623	chi nhánh	찌 냐잉	지사, 지점
0624	chủ yếu	쭈 이에우	주요한
0625	công ty	꼼 띠	회사
0626	công việc	꼼 비엑	업무
0627	cung cấp	꿈 껍	제공하다
0628	dân số trẻ	전 쏘 째	젊은 인구
0629	dịch vụ	직 부	서비스
0630	đối xử	도이 쓰	대하다

단어 점검하기

☑ 단어의 의미를 써 보고 내 실력을 점검해 봅시다.

Check!	단어 점검하기	의미 써 보기
☐ ☐ ☐	cao	
☐ ☐ ☐	chế độ phúc lợi	
☐ ☐ ☐	chi nhánh	
☐ ☐ ☐	chủ yếu	
☐ ☐ ☐	công ty	
☐ ☐ ☐	công việc	
☐ ☐ ☐	cung cấp	
☐ ☐ ☐	dân số trẻ	
☐ ☐ ☐	dịch vụ	
☐ ☐ ☐	đối xử	

	단어	읽는 법	의미
0631	làm thêm	람 템	추가 근무하다
0632	máy lạnh	마이 라잉	에어컨
0633	môi trường làm việc	모이 쯔엉 람 비엑	업무 환경
0634	tập đoàn	떱 도안	그룹
0635	tập trung	떱 쭘	집중하다
0636	thiết bị gia dụng	티엔 비 지아 줌	가전제품
0637	thoải mái	토아이 마이	편안한
0638	tiềm năng phát triển	띠엠 낭 팓 찌엔	발전 가능성
0639	tủ lạnh	뚜 라잉	냉장고
0640	uống rượu	우옹 즈어우	술 마시다

단어 점검하기

☑ 단어의 의미를 써 보고 내 실력을 점검해 봅시다.

Check!	단어 점검하기	의미 써 보기
☐ ☐ ☐	làm thêm	
☐ ☐ ☐	máy lạnh	
☐ ☐ ☐	môi trường làm việc	
☐ ☐ ☐	tập đoàn	
☐ ☐ ☐	tập trung	
☐ ☐ ☐	thiết bị gia dụng	
☐ ☐ ☐	thoải mái	
☐ ☐ ☐	tiềm năng phát triển	
☐ ☐ ☐	tủ lạnh	
☐ ☐ ☐	uống rượu	

단어	읽는 법	의미
0641 buổi	부오이	번
0642 chăm	짬	열심히 하는
0643 có thể	꺼 테	~할 수 있다
0644 cuộc sống	꾸옥 쏨	삶, 생활
0645 dạy	자이	가르치다
0646 dấu	저우	성조
0647 khóa tiếng Việt	코아 띠엥 비엩	베트남어 과정
0648 kinh nghiệm	낑 응이엠	경험하다
0649 lưu loát	르우 로앝	유창한
0650 mỗi ngày	모이 응아이	매일

Check!	단어 점검하기	의미 써 보기
☐ ☐ ☐	buổi	
☐ ☐ ☐	chăm	
☐ ☐ ☐	có thể	
☐ ☐ ☐	cuộc sống	
☐ ☐ ☐	dạy	
☐ ☐ ☐	dấu	
☐ ☐ ☐	khóa tiếng Việt	
☐ ☐ ☐	kinh nghiệm	
☐ ☐ ☐	lưu loát	
☐ ☐ ☐	mỗi ngày	

단어	읽는 법	의미
0651 mới	머이	새로운
0652 nhất là	녇 라	특히
0653 nước	느억	나라
0654 qua	꾸아	~을(를) 통해서
0655 thoải mái	토아이 마이	편안한
0656 thu hút	투 훋	매료하다
0657 thú vị	투 비	재미있는, 흥미 있는
0658 tiếp tục	띠엡 뚭	계속하다
0659 trung tâm	쭝 떰	학원
0660 văn hóa	반 호아	문화

Check!	단어 점검하기	의미 써 보기
☐ ☐ ☐	mới	
☐ ☐ ☐	nhất là	
☐ ☐ ☐	nước	
☐ ☐ ☐	qua	
☐ ☐ ☐	thoải mái	
☐ ☐ ☐	thu hút	
☐ ☐ ☐	thú vị	
☐ ☐ ☐	tiếp tục	
☐ ☐ ☐	trung tâm	
☐ ☐ ☐	văn hóa	

단어	읽는 법	의미
0661 bộ phim	보 핌	영화
0662 cảm động	깜 돔	감동적인
0663 chiếu	찌에우	방영하다, 상영하다
0664 chương trình	쯔엉 찡	프로그램
0665 dễ dàng	제 장	쉬운
0666 diễn	지엔	연기하다
0667 diễn viên	지엔 비엔	배우
0668 đẹp trai	댑 짜이	잘생긴
0669 đôi tình nhân	도이 띵 년	커플
0670 giới trẻ	지어이 째	젊은이

Check!	단어 점검하기	의미 써 보기
☐ ☐ ☐	bộ phim	
☐ ☐ ☐	cảm động	
☐ ☐ ☐	chiếu	
☐ ☐ ☐	chương trình	
☐ ☐ ☐	dễ dàng	
☐ ☐ ☐	diễn	
☐ ☐ ☐	diễn viên	
☐ ☐ ☐	đẹp trai	
☐ ☐ ☐	đôi tình nhân	
☐ ☐ ☐	giới trẻ	

	단어	읽는 법	의미
0671	lãng mạn	랑 만	낭만적인
0672	loại phim	로아이 핌	영화 장르
0673	loại phim tình cảm	로아이 핌 띵 깜	로맨스 영화
0674	mạng	망	인터넷
0675	người dân	응으어이 전	사람들, 시민
0676	nhân vật chính	년 벋 찡	주인공
0677	nội dung	노이 줌	내용
0678	rạp chiếu phim	잡 찌에우 핌	영화관
0679	tải	따이	다운받다
0680	tình yêu	띵 이에우	사랑

단어 점검하기

☑ 단어의 의미를 써 보고 내 실력을 점검해 봅시다.

Check!	단어 점검하기	의미 써 보기
☐ ☐ ☐	lãng mạn	
☐ ☐ ☐	loại phim	
☐ ☐ ☐	loại phim tình cảm	
☐ ☐ ☐	mạng	
☐ ☐ ☐	người dân	
☐ ☐ ☐	nhân vật chính	
☐ ☐ ☐	nội dung	
☐ ☐ ☐	rạp chiếu phim	
☐ ☐ ☐	tải	
☐ ☐ ☐	tình yêu	

단어	읽는 법	의미
0681 bóng chày	범 짜이	야구
0682 bóng đá	범 다	축구
0683 bóng rổ	범 조	농구
0684 cầu thủ	꺼우 투	선수
0685 chảy	짜이	흐르다
0686 chơi	쩌이	플레이하다
0687 cố hết sức	꼬 헫 쓱	최선을 다하다
0688 cổ vũ	꼬 부	응원하다
0689 do đó	저 더	그렇기 때문에
0690 đội	도이	팀

Check!	단어 점검하기	의미 써 보기
☐ ☐ ☐	bóng chày	
☐ ☐ ☐	bóng đá	
☐ ☐ ☐	bóng rổ	
☐ ☐ ☐	cầu thủ	
☐ ☐ ☐	chảy	
☐ ☐ ☐	chơi	
☐ ☐ ☐	cố hết sức	
☐ ☐ ☐	cổ vũ	
☐ ☐ ☐	do đó	
☐ ☐ ☐	đội	

입문
실전

	단어	읽는 법	의미
0691	máy (điện thoại)	마이 (디엔 토아이)	휴대 전화
0692	mồ hôi	모 호이	땀
0693	môn thể thao	몬 테 타오	스포츠 종목
0694	sân vận động	썬 번 돔	운동장
0695	thích	틱	좋아하다
0696	tiền vệ	띠엔 베	미드필더
0697	trận	쩐	경기
0698	trận đấu	쩐 더우	경기
0699	trực tiếp	쭉 띠엡	직접
0700	vị trí	비 찌	포지션

Check!	단어 점검하기	의미 써 보기
☐ ☐ ☐	máy (điện thoại)	
☐ ☐ ☐	mồ hôi	
☐ ☐ ☐	môn thể thao	
☐ ☐ ☐	sân vận động	
☐ ☐ ☐	thích	
☐ ☐ ☐	tiền vệ	
☐ ☐ ☐	trận	
☐ ☐ ☐	trận đấu	
☐ ☐ ☐	trực tiếp	
☐ ☐ ☐	vị trí	

10강 취미 ③

T 35

입문

실전

	단어	읽는 법	의미
0701	bài(bài hát)	바이(바이 핟)	노래, 곡
0702	bài hát mới	바이 핟 머이	신곡
0703	buổi hòa nhạc	부오이 호아 냑	콘서트
0704	ca hát	까 핟	노래하다
0705	ca sĩ	까 씨	가수
0706	cuốn sách	꾸온 싸익	책
0707	độc giả	돕 지아	독자
0708	fan hâm mộ	판 험 모	팬
0709	hát	핟	노래하다
0710	học hỏi	헙 허이	배우다

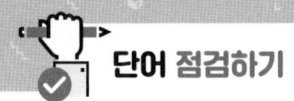

단어 점검하기

☑ 단어의 의미를 써 보고 내 실력을 점검해 봅시다.

Check!	단어 점검하기	의미 써 보기
☐ ☐ ☐	bài(bài hát)	
☐ ☐ ☐	bài hát mới	
☐ ☐ ☐	buổi hòa nhạc	
☐ ☐ ☐	ca hát	
☐ ☐ ☐	ca sĩ	
☐ ☐ ☐	cuốn sách	
☐ ☐ ☐	độc giả	
☐ ☐ ☐	fan hâm mộ	
☐ ☐ ☐	hát	
☐ ☐ ☐	học hỏi	

	단어	읽는 법	의미
0711	khiếu	키에우	소질
0712	kiến thức	끼엔 특	식견
0713	kỹ năng sống	끼 낭 쏨	자기계발
0714	làm cho	람 쩌	~하게 만들다
0715	mọi	머이	모든
0716	mở rộng	머 좀	넓히다
0717	nghe nhạc	응애 냑	음악 듣다
0718	nhà văn	냐 반	작가
0719	nhạc cổ điển	냑 꼬 디엔	고전음악
0720	nóng	넘	핫한

단어 점검하기

☑ 단어의 의미를 써 보고 내 실력을 점검해 봅시다.

Check!	단어 점검하기	의미 써 보기
☐ ☐ ☐	khiếu	
☐ ☐ ☐	kiến thức	
☐ ☐ ☐	kỹ năng sống	
☐ ☐ ☐	làm cho	
☐ ☐ ☐	mọi	
☐ ☐ ☐	mở rộng	
☐ ☐ ☐	nghe nhạc	
☐ ☐ ☐	nhà văn	
☐ ☐ ☐	nhạc cổ điển	
☐ ☐ ☐	nóng	

	단어	읽는 법	의미
0721	quyển	꾸이엔	권
0722	ra mắt	자 맏	출시하다
0723	sách kinh tế	싸익 낑 떼	경제 서적
0724	sách lịch sử	싸익 릭 쓰	역사책
0725	sách trinh thám	싸익 찡 탐	추리 소설책
0726	sắp tới	쌉 떠이	앞으로, 향후
0727	tác giả	딱 지아	작가
0728	tình hình	띵 힝	상황
0729	truyện tranh	쭈이엔 짜잉	만화책
0730	viết	비엗	쓰다

Check!	단어 점검하기	의미 써 보기
☐ ☐ ☐	quyển	
☐ ☐ ☐	ra mắt	
☐ ☐ ☐	sách kinh tế	
☐ ☐ ☐	sách lịch sử	
☐ ☐ ☐	sách trinh thám	
☐ ☐ ☐	sắp tới	
☐ ☐ ☐	tác giả	
☐ ☐ ☐	tình hình	
☐ ☐ ☐	truyện tranh	
☐ ☐ ☐	viết	

단어	읽는 법	의미
0731 ẩm	엄	습한
0732 ấn tượng	언 뜨엉	인상
0733 bị đen	비 댄	까매지다
0734 chụp	쭙	사진을 찍다
0735 chuyến du lịch	쭈이엔 주 릭	여행
0736 dễ chịu	제 찌우	좋은
0737 đi lại	디 라이	오고 가다
0738 Hội An	호이 안	호이안 (베트남의 도시 이름)
0739 ít nhất	읻 녇	최소의, 적어도
0740 khẩu vị	커우 비	입맛

Check!	단어 점검하기	의미 써 보기
☐ ☐ ☐	ẩm	
☐ ☐ ☐	ấn tượng	
☐ ☐ ☐	bị đen	
☐ ☐ ☐	chụp	
☐ ☐ ☐	chuyến du lịch	
☐ ☐ ☐	dễ chịu	
☐ ☐ ☐	đi lại	
☐ ☐ ☐	Hội An	
☐ ☐ ☐	ít nhất	
☐ ☐ ☐	khẩu vị	

	단어	읽는 법	의미
0741	mì quảng	미 꾸앙	베트남의 면 요리
0742	Mỹ Khê	미 케	베트남의 해변 이름
0743	quên	꾸엔	잊다
0744	tắc xi	딱 씨	택시
0745	tắm biển	땀 비엔	해수욕하다
0746	tấm ảnh	떰 아잉	사진
0747	tháng 5	탕 남	5월
0748	thêm	템	더하다, 추가하다
0749	tuyệt đẹp	뚜이엡 댑	매우 아름다운
0750	tươi	뜨어이	신선한

단어 점검하기

✓ 단어의 의미를 써 보고 내 실력을 점검해 봅시다.

Check!	단어 점검하기	의미 써 보기
☐ ☐ ☐	mì quảng	
☐ ☐ ☐	Mỹ Khê	
☐ ☐ ☐	quên	
☐ ☐ ☐	tắc xi	
☐ ☐ ☐	tắm biển	
☐ ☐ ☐	tấm ảnh	
☐ ☐ ☐	tháng 5	
☐ ☐ ☐	thêm	
☐ ☐ ☐	tuyệt đẹp	
☐ ☐ ☐	tươi	

	단어	읽는 법	의미
0751	bàn bạc	반 박	협상하다
0752	công tác	꼼 딱	출장 가다
0753	đào tạo	다오 따오	교육하다
0754	đối tác	도이 딱	협력사
0755	Hà Nội	하 노이	하노이 (베트남의 도시 이름)
0756	hầu như không	허우 니으 콤	거의 ~하지 않다
0757	hội chợ	호이 쩌	박람회
0758	ít khi	읻 키	드물게
0759	lần sau	런 싸우	다음에
0760	mạnh	마잉	강한

단어 점검하기

☑ 단어의 의미를 써 보고 내 실력을 점검해 봅시다.

Check!	단어 점검하기	의미 써 보기
☐ ☐ ☐	bàn bạc	
☐ ☐ ☐	công tác	
☐ ☐ ☐	đào tạo	
☐ ☐ ☐	đối tác	
☐ ☐ ☐	Hà Nội	
☐ ☐ ☐	hầu như không	
☐ ☐ ☐	hội chợ	
☐ ☐ ☐	ít khi	
☐ ☐ ☐	lần sau	
☐ ☐ ☐	mạnh	

	단어	읽는 법	의미
0761	mua bán	무어 반	매매하다
0762	nhà máy	냐 마이	공장
0763	nói chuyện	너이 쭈이엔	이야기하다, 대화하다
0764	tham gia	탐 지아	참가하다
0765	thị trường	티 쯔엉	시장
0766	tiền	띠엔	돈
0767	tìm hiểu	띰 히에우	조사하다
0768	trả	짜	지급하다
0769	trong nước	쩜 느억	국내
0770	xây dựng	써이 증	건설하다, 짓다

Check!	단어 점검하기	의미 써 보기
☐ ☐ ☐	mua bán	
☐ ☐ ☐	nhà máy	
☐ ☐ ☐	nói chuyện	
☐ ☐ ☐	tham gia	
☐ ☐ ☐	thị trường	
☐ ☐ ☐	tiền	
☐ ☐ ☐	tìm hiểu	
☐ ☐ ☐	trả	
☐ ☐ ☐	trong nước	
☐ ☐ ☐	xây dựng	

단어	읽는 법	의미
0771 áo truyền thống	아오 쭈이엔 톰	전통 의상
0772 ăn cơm	안 껌	식사하다
0773 Châu Á	쩌우 아	아시아
0774 cùng nhau	꿈 냐우	함께
0775 dân tộc	전 똡	민족
0776 đông	돔	겨울, 많은
0777 gặp	갑	직면하다
0778 giải quyết	지아이 꾸이엩	해결하다
0779 hạ	하	여름
0780 ít	읻	적은

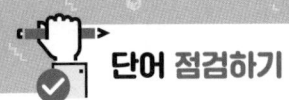

단어 점검하기

✓ 단어의 의미를 써 보고 내 실력을 점검해 봅시다.

Check!	단어 점검하기	의미 써 보기
☐ ☐ ☐	áo truyền thống	
☐ ☐ ☐	ăn cơm	
☐ ☐ ☐	Châu Á	
☐ ☐ ☐	cùng nhau	
☐ ☐ ☐	dân tộc	
☐ ☐ ☐	đông	
☐ ☐ ☐	gặp	
☐ ☐ ☐	giải quyết	
☐ ☐ ☐	hạ	
☐ ☐ ☐	ít	

	단어	읽는 법	의미
0781	khá	카	꽤
0782	khó khăn	커 칸	어려움
0783	không sao	콤 싸오	괜찮은
0784	mặc	막	입다
0785	miền Bắc	미엔 박	북부
0786	mùa	무어	계절
0787	này	나이	이(앞의 명사를 수식할 때 사용)
0788	như	니으	~처럼
0789	quan trọng	꾸안 쩜	중요한
0790	rõ	저	정확한

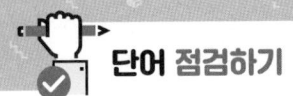

⊘ 단어의 의미를 써 보고 내 실력을 점검해 봅시다.

Check!	단어 점검하기	의미 써 보기
☐ ☐ ☐	khá	
☐ ☐ ☐	khó khăn	
☐ ☐ ☐	không sao	
☐ ☐ ☐	mặc	
☐ ☐ ☐	miền Bắc	
☐ ☐ ☐	mùa	
☐ ☐ ☐	này	
☐ ☐ ☐	như	
☐ ☐ ☐	quan trọng	
☐ ☐ ☐	rõ	

	단어	읽는 법	의미
0791	tết Âm Lịch	뗏 엄 릭	설(음력설)
0792	tết Nguyên Đán	뗏 응우이엔 단	설
0793	tết Trung Thu	뗏 쭝 투	추석
0794	thu	투	가을
0795	tiêu biểu	띠에우 비에우	대표적인
0796	tổng thống	똠 톰	대통령
0797	triệu	찌에우	백만
0798	trò chuyện	쩌 쭈이엔	이야기하다
0799	vấn đề	번 데	문제
0800	xuân	쑤언	봄

단어 점검하기

☑ 단어의 의미를 써 보고 내 실력을 점검해 봅시다.

Check!	단어 점검하기	의미 써 보기
☐ ☐ ☐	tết Âm Lịch	
☐ ☐ ☐	tết Nguyên Đán	
☐ ☐ ☐	tết Trung Thu	
☐ ☐ ☐	thu	
☐ ☐ ☐	tiêu biểu	
☐ ☐ ☐	tổng thống	
☐ ☐ ☐	triệu	
☐ ☐ ☐	trò chuyện	
☐ ☐ ☐	vấn đề	
☐ ☐ ☐	xuân	

입문

실전

	단어	읽는 법	의미
0801	4 mùa	본 무어	사계절
0802	áo dài	아오 자이	아오자이 (베트남의 전통 의상)
0803	ăn sáng	안 쌍	아침 식사하다
0804	coi trọng	꺼이 쩜	중요하게 생각하다
0805	con người	껀 응으어이	사람
0806	Đông Nam Á	돔 남 아	동남아시아
0807	giàu tình cảm	지아우 띵 깜	정이 많은
0808	hiếu	히에우	효
0809	hiếu khách	히에우 카익	손님을 환대하다
0810	hồ Hoàn Kiếm	호 호안 끼엠	환검 호수 (베트남의 명소)

Check!	단어 점검하기	의미 써 보기
☐ ☐ ☐	4 mùa	
☐ ☐ ☐	áo dài	
☐ ☐ ☐	ăn sáng	
☐ ☐ ☐	coi trọng	
☐ ☐ ☐	con người	
☐ ☐ ☐	Đông Nam Á	
☐ ☐ ☐	giàu tình cảm	
☐ ☐ ☐	hiếu	
☐ ☐ ☐	hiếu khách	
☐ ☐ ☐	hồ Hoàn Kiếm	

	단어	읽는 법	의미
0811	khu phố cổ	쿠 포 꼬	구시가지
0812	miền Nam	미엔 남	남부
0813	mùa khô	무어 코	건기
0814	mùa mưa	무어 므어	우기
0815	nghĩ	응이	생각하다
0816	ngủ trưa	응우 쯔어	낮잠 자다
0817	nhanh	냐잉	빠른, 빨리
0818	thành phố lớn	타잉 포 런	대도시
0819	thờ cúng	터 꿈	제사 지내다
0820	tổ tiên	또 띠엔	조상

Check!	단어 점검하기	의미 써 보기
☐ ☐ ☐	khu phố cổ	
☐ ☐ ☐	miền Nam	
☐ ☐ ☐	mùa khô	
☐ ☐ ☐	mùa mưa	
☐ ☐ ☐	nghĩ	
☐ ☐ ☐	ngủ trưa	
☐ ☐ ☐	nhanh	
☐ ☐ ☐	thành phố lớn	
☐ ☐ ☐	thờ cúng	
☐ ☐ ☐	tổ tiên	

단어	읽는 법	의미
0821 chìa khóa	찌어 코아	열쇠, 자물쇠
0822 công viên chủ đề	꼼 비엔 쭈 데	테마파크
0823 đồ cổ	도 꼬	옛날 물건
0824 đường tản bộ	드엉 딴 보	산책길
0825 gà kho	가 커	찜닭
0826 kỷ niệm	끼 니엠	기념
0827 lứa tuổi	르어 뚜오이	연령대
0828 móc	멉	(자물쇠 등을) 달다
0829 món ăn ngoài đường	먼 안 응오아이 드엉	길거리 음식
0830 món ăn vỉa hè	먼 안 비어 해	길거리 음식

입문

실전

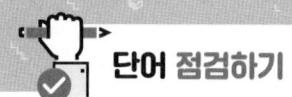 **단어 점검하기** ✓ 단어의 의미를 써 보고 내 실력을 점검해 봅시다.

Check!	단어 점검하기	의미 써 보기
☐ ☐ ☐	chìa khóa	
☐ ☐ ☐	công viên chủ đề	
☐ ☐ ☐	đồ cổ	
☐ ☐ ☐	đường tản bộ	
☐ ☐ ☐	gà kho	
☐ ☐ ☐	kỷ niệm	
☐ ☐ ☐	lứa tuổi	
☐ ☐ ☐	móc	
☐ ☐ ☐	món ăn ngoài đường	
☐ ☐ ☐	món ăn vỉa hè	

	단어	읽는 법	의미
0831	món nướng xiên que	먼 느엉 씨엔 꾸애	꼬치 음식
0832	mỹ phẩm	미 펌	화장품
0833	ngắm	응암	보다
0834	quà lưu niệm	꾸아 르우 니엠	기념품
0835	quần áo	꾸언 아오	옷
0836	tàu lượn	따우 르언	놀이기구 (롤러코스터)
0837	tất cả	떧 까	모든
0838	tháp	탑	타워
0839	thích hợp	틱 헙	적합한
0840	toàn cảnh	또안 까잉	전경

단어 점검하기

☑ 단어의 의미를 써 보고 내 실력을 점검해 봅시다.

Check!	단어 점검하기	의미 써 보기
☐☐☐	món nướng xiên que	
☐☐☐	mỹ phẩm	
☐☐☐	ngắm	
☐☐☐	quà lưu niệm	
☐☐☐	quần áo	
☐☐☐	tàu lượn	
☐☐☐	tất cả	
☐☐☐	tháp	
☐☐☐	thích hợp	
☐☐☐	toàn cảnh	

단어	읽는 법	의미
0841 ăn ngoài	안 응오아이	외식하다
0842 bản tin	반 띤	뉴스
0843 bít tết	빋 뗔	스테이크
0844 buồn	부온	슬픈
0845 dùng	줌	사용하다
0846 mạng	망	인터넷
0847 mì Ý	미 이	스파게티
0848 mùi vị	무이 비	향과 맛
0849 ngạc nhiên	응악 니엔	놀라다
0850 nhà hàng	냐 항	식당

Check!	단어 점검하기	의미 써 보기
☐ ☐ ☐	ăn ngoài	
☐ ☐ ☐	bản tin	
☐ ☐ ☐	bít tết	
☐ ☐ ☐	buồn	
☐ ☐ ☐	dùng	
☐ ☐ ☐	mạng	
☐ ☐ ☐	mì Ý	
☐ ☐ ☐	mùi vị	
☐ ☐ ☐	ngạc nhiên	
☐ ☐ ☐	nhà hàng	

	단어	읽는 법	의미
0851	sang trọng	쌍 쩜	고급스러운
0852	sắp	쌉	곧 ~할 것이다
0853	thông tin	톰 띤	정보
0854	thời sự	터이 쓰	뉴스 (시사)
0855	tìm	띰	찾다
0856	tin	띤	소식, 정보
0857	tin tức	띤 뜩	뉴스
0858	trang web	짱 웹	웹사이트
0859	và	바	그리고
0860	vụ	부	사건

단어 점검하기

☑ 단어의 의미를 써 보고 내 실력을 점검해 봅시다.

Check!	단어 점검하기	의미 써 보기
☐☐☐	sang trọng	
☐☐☐	sắp	
☐☐☐	thông tin	
☐☐☐	thời sự	
☐☐☐	tìm	
☐☐☐	tin	
☐☐☐	tin tức	
☐☐☐	trang web	
☐☐☐	và	
☐☐☐	vụ	

단어	읽는 법	의미
0861 chính trị	찡 찌	정치
0862 cuộc thăm	꾸옥 탐	방문
0863 dễ	제	쉬운
0864 ghét	갣	싫어하다
0865 giao lưu	지아오 르우	교류하다
0866 gọi điện	거이 디엔	전화하다
0867 hai nước	하이 느억	양국
0868 liên lạc	리엔 락	연락하다
0869 lĩnh vực	링 븍	분야
0870 mạng xã hội	망 싸 호이	SNS

단어 점검하기

☑ 단어의 의미를 써 보고 내 실력을 점검해 봅시다.

Check!	단어 점검하기	의미 써 보기
☐ ☐ ☐	chính trị	
☐ ☐ ☐	cuộc thăm	
☐ ☐ ☐	dễ	
☐ ☐ ☐	ghét	
☐ ☐ ☐	giao lưu	
☐ ☐ ☐	gọi điện	
☐ ☐ ☐	hai nước	
☐ ☐ ☐	liên lạc	
☐ ☐ ☐	lĩnh vực	
☐ ☐ ☐	mạng xã hội	

	단어	읽는 법	의미
0871	mong	멈	~하기를 바라다
0872	Mỹ	미	미국
0873	Nam-Bắc Hàn	남 박 한	남북한
0874	quan hệ	꾸안 헤	관계
0875	quan tâm	꾸안 떰	관심 갖다
0876	thống nhất	톰 녇	통일하다
0877	vai trò	바이 쩌	역할
0878	vấn đề	번 데	문제
0879	viết thư	비엩 트	편지 쓰다
0880	xuất khẩu	쑤얻 커우	수출하다

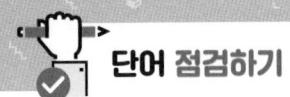
Check!	단어 점검하기	의미 써 보기
☐ ☐ ☐	mong	
☐ ☐ ☐	Mỹ	
☐ ☐ ☐	Nam-Bắc Hàn	
☐ ☐ ☐	quan hệ	
☐ ☐ ☐	quan tâm	
☐ ☐ ☐	thống nhất	
☐ ☐ ☐	vai trò	
☐ ☐ ☐	vấn đề	
☐ ☐ ☐	viết thư	
☐ ☐ ☐	xuất khẩu	

단어	읽는 법	의미
0881 bao gồm	바오 곰	포함하다
0882 bắt đầu	밧 더우	시작하다
0883 cần	껀	필요하다
0884 chuyến sáng	쭈이엔 쌍	아침 비행편
0885 chuyến tối	쭈이엔 또이	저녁 비행편
0886 địa chỉ	디어 찌	주소
0887 gọi món	거이 먼	(음식을) 주문하다
0888 hãng hàng không	항 항 콤	항공사
0889 hạng phổ thông	항 포 톰	이코노미석
0890 hạng thương gia	항 트엉 지아	비즈니스석

입문

실전

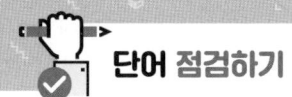

단어 점검하기

☑ 단어의 의미를 써 보고 내 실력을 점검해 봅시다.

Check!	단어 점검하기	의미 써 보기
☐☐☐	bao gồm	
☐☐☐	bắt đầu	
☐☐☐	cần	
☐☐☐	chuyến sáng	
☐☐☐	chuyến tối	
☐☐☐	địa chỉ	
☐☐☐	gọi món	
☐☐☐	hãng hàng không	
☐☐☐	hạng phổ thông	
☐☐☐	hạng thương gia	

단어	읽는 법	의미
0891 hộ chiếu	호 찌에우	여권
0892 liên hoan	리엔 호안	회식
0893 ngày mai	응아이 마이	내일
0894 phòng	펌	방
0895 sân bay	썬 바이	공항
0896 số	쏘	번호
0897 thẻ	태	카드
0898 vé khứ hồi	배 크 호이	왕복표
0899 vé máy bay	배 마이 바이	비행기 표
0900 vở tuồng	버 뚜옹	역할극

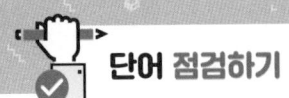

단어 점검하기

☑ 단어의 의미를 써 보고 내 실력을 점검해 봅시다.

Check!	단어 점검하기	의미 써 보기
☐ ☐ ☐	hộ chiếu	
☐ ☐ ☐	liên hoan	
☐ ☐ ☐	ngày mai	
☐ ☐ ☐	phòng	
☐ ☐ ☐	sân bay	
☐ ☐ ☐	số	
☐ ☐ ☐	thẻ	
☐ ☐ ☐	vé khứ hồi	
☐ ☐ ☐	vé máy bay	
☐ ☐ ☐	vở tuồng	

	단어	읽는 법	의미
0901	gối	고이	베개
0902	hết	헫	다 떨어지다
0903	khăn	칸	수건
0904	mang	망	가지고 가다
0905	mở cửa	머 끄어	문 열다
0906	ở đâu đó	어 더우 더	어딘가에
0907	phí	피	비용
0908	rơi	저이	떨어뜨리다
0909	tô	또	그릇
0910	vào	바오	들어가다

Check!	단어 점검하기	의미 써 보기
☐ ☐ ☐	gối	
☐ ☐ ☐	hết	
☐ ☐ ☐	khăn	
☐ ☐ ☐	mang	
☐ ☐ ☐	mở cửa	
☐ ☐ ☐	ở đâu đó	
☐ ☐ ☐	phí	
☐ ☐ ☐	rơi	
☐ ☐ ☐	tô	
☐ ☐ ☐	vào	

20강 롤 플레이 ③

T 45

단어	읽는 법	의미
0911 bệnh viện	베잉 비엔	병원
0912 chiều mai	찌에우 마이	내일 오후
0913 chiều nay	찌에우 나이	오늘 오후
0914 chưa lâu	쯔어 러우	오래되지 않은
0915 đau	다우	아프다
0916 đăng ký	당 끼	등록하다, 신청하다
0917 đầu	더우	머리
0918 đô	도	달러
0919 giao tiếp	지아오 띠엡	회화
0920 hôm qua	홈 꾸아	어제

Check!	단어 점검하기	의미 써 보기
☐ ☐ ☐	bệnh viện	
☐ ☐ ☐	chiều mai	
☐ ☐ ☐	chiều nay	
☐ ☐ ☐	chưa lâu	
☐ ☐ ☐	đau	
☐ ☐ ☐	đăng ký	
☐ ☐ ☐	đầu	
☐ ☐ ☐	đô	
☐ ☐ ☐	giao tiếp	
☐ ☐ ☐	hôm qua	

	단어	읽는 법	의미
0921	khám bệnh	캄 베잉	진료받다
0922	khóa	코아	과정
0923	khỏe	코애	건강한
0924	lớp giao tiếp	럽 지아오 띠엡	회화반
0925	lớp học	럽 헙	수업
0926	lớp sáng	럽 쌍	오전 반
0927	lớp tối	럽 또이	오후 반
0928	sốt	쏟	열 나다
0929	trong người	쩜 응으어이	몸
0930	tuần sau	뚜언 싸우	다음 주

Check!	단어 점검하기	의미 써 보기
☐ ☐ ☐	khám bệnh	
☐ ☐ ☐	khóa	
☐ ☐ ☐	khỏe	
☐ ☐ ☐	lớp giao tiếp	
☐ ☐ ☐	lớp học	
☐ ☐ ☐	lớp sáng	
☐ ☐ ☐	lớp tối	
☐ ☐ ☐	sốt	
☐ ☐ ☐	trong người	
☐ ☐ ☐	tuần sau	

단어	읽는 법	의미
0931 chỗ	쪼	좌석
0932 dãy	자이	열
0933 đặt vé	닫 배	예매하다
0934 điện thoại di động	디엔 토아이 지 돔	휴대 전화
0935 được	드억	가능하다
0936 giá	지아	가격
0937 giảm giá	지암 지아	할인하다
0938 giống nhau	지옴 나우	서로 같은
0939 hàng	항	제품
0940 hết vé	헫 배	매진되다

단어 점검하기

☑ 단어의 의미를 써 보고 내 실력을 점검해 봅시다.

Check!	단어 점검하기	의미 써 보기
☐ ☐ ☐	chỗ	
☐ ☐ ☐	dãy	
☐ ☐ ☐	đặt vé	
☐ ☐ ☐	điện thoại di động	
☐ ☐ ☐	được	
☐ ☐ ☐	giá	
☐ ☐ ☐	giảm giá	
☐ ☐ ☐	giống nhau	
☐ ☐ ☐	hàng	
☐ ☐ ☐	hết vé	

	단어	읽는 법	의미
0941	kia	끼어	저 (앞의 명사를 수식할 때 사용)
0942	ngồi	응오이	앉다
0943	người bán hàng	응으어이 반 항	판매원
0944	người khác	응으어이 칵	다른 사람
0945	quầy bán vé	꾸어이 반 배	매표소
0946	rẻ	재	저렴한
0947	thấy	터이	보이다
0948	tiền mặt	띠엔 맏	현금
0949	vé	배	표, 티켓
0950	vé xem phim	배 쌤 핌	영화 티켓

Check!	단어 점검하기	의미 써 보기
☐ ☐ ☐	kia	
☐ ☐ ☐	ngồi	
☐ ☐ ☐	người bán hàng	
☐ ☐ ☐	người khác	
☐ ☐ ☐	quầy bán vé	
☐ ☐ ☐	rẻ	
☐ ☐ ☐	thấy	
☐ ☐ ☐	tiền mặt	
☐ ☐ ☐	vé	
☐ ☐ ☐	vé xem phim	

22강 역 질문하기

T 47

입문

실전

	단어	읽는 법	의미
0951	cuối cùng	꾸오이 꿈	마지막의
0952	đúng là	둠 라	정말
0953	hay	하이	아니면
0954	hỏi	허이	물어보다
0955	lắm	람	매우
0956	luyện	루이엔	연습하다
0957	mê	메	아주 좋아하다
0958	phần	펀	파트
0959	thủ đô	투 도	수도
0960	Vịnh Hạ Long	빙 하 럼	하롱베이 (베트남의 명소)

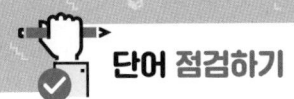

단어 점검하기

☑ 단어의 의미를 써 보고 내 실력을 점검해 봅시다.

Check!	단어 점검하기	의미 써 보기
☐ ☐ ☐	cuối cùng	
☐ ☐ ☐	đúng là	
☐ ☐ ☐	hay	
☐ ☐ ☐	hỏi	
☐ ☐ ☐	lắm	
☐ ☐ ☐	luyện	
☐ ☐ ☐	mê	
☐ ☐ ☐	phần	
☐ ☐ ☐	thủ đô	
☐ ☐ ☐	Vịnh Hạ Long	

단어	읽는 법	의미
0961 an toàn	안 또안	안전한
0962 âm	엄	마이너스의
0963 canh	까잉	국
0964 cơm	껌	밥
0965 đạt được	닫 드억	달성하다
0966 điểm	디엠	점수
0967 độ	도	도
0968 ga	가	역, 정류장
0969 hoặc	호악	또는
0970 mục tiêu	뭅 띠에우	목표

단어 점검하기

☑ 단어의 의미를 써 보고 내 실력을 점검해 봅시다.

Check!	단어 점검하기	의미 써 보기
☐ ☐ ☐	an toàn	
☐ ☐ ☐	âm	
☐ ☐ ☐	canh	
☐ ☐ ☐	cơm	
☐ ☐ ☐	đạt được	
☐ ☐ ☐	điểm	
☐ ☐ ☐	độ	
☐ ☐ ☐	ga	
☐ ☐ ☐	hoặc	
☐ ☐ ☐	mục tiêu	

입문
실전

	단어	읽는 법	의미
0971	năm nay	남 나이	올해
0972	ôn thi	온 티	시험 대비, 시험공부 하다
0973	sớm	썸	일찍
0974	tàu điện ngầm	따우 디엔 응엄	지하철
0975	tắm	땀	샤워하다
0976	tắm rửa	땀 즈어	샤워하다
0977	tầng	떵	층
0978	trạm xe buýt	짬 쌔 부읻	버스 정류장
0979	trường thi	쯔엉 티	시험장
0980	xuống	쑤옹	내려가다

Check!	단어 점검하기	의미 써 보기
☐ ☐ ☐	năm nay	
☐ ☐ ☐	ôn thi	
☐ ☐ ☐	sớm	
☐ ☐ ☐	tàu điện ngầm	
☐ ☐ ☐	tắm	
☐ ☐ ☐	tắm rửa	
☐ ☐ ☐	tầng	
☐ ☐ ☐	trạm xe buýt	
☐ ☐ ☐	trường thi	
☐ ☐ ☐	xuống	

	단어	읽는 법	의미
0981	bằng	방	~으로 (수단)
0982	chất lượng cao	쩐 르엉 까오	고품질의
0983	đi lại	디 라이	오고 가다
0984	giả sử như	지아 쓰 니으	~라고 가정하다
0985	hỗ trợ	호 쩌	지원하다
0986	hợp lý	헙 리	합리적인
0987	mất	먼	소요되다
0988	tiện	띠엔	편한
0989	trung tâm	쭝 떰	중심
0990	từ ~ đến	뜨 덴	~부터 ~까지

Check!	단어 점검하기	의미 써 보기
☐☐☐	bằng	
☐☐☐	chất lượng cao	
☐☐☐	đi lại	
☐☐☐	giả sử như	
☐☐☐	hỗ trợ	
☐☐☐	hợp lý	
☐☐☐	mất	
☐☐☐	tiện	
☐☐☐	trung tâm	
☐☐☐	từ ~ đến	

단어	읽는 법	의미
0991 bầu không khí	버우 콤 키	분위기
0992 cảm nhận	깜 년	느끼다
0993 dành dụm	자잉 줌	모으다
0994 giáo viên	지아오 비엔	선생님
0995 khu mua sắm	쿠 무어 쌈	쇼핑 지역
0996 nét lịch sử	낼 릭 쓰	역사적인 면
0997 ngôi sao	응오이 싸오	별
0998 rất là	젇 라	정말, 매우
0999 thật	턷	정말의
1000 vui vẻ	부이 배	즐거운

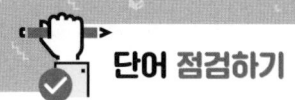
Check!	단어 점검하기	의미 써 보기
☐ ☐ ☐	bầu không khí	
☐ ☐ ☐	cảm nhận	
☐ ☐ ☐	dành dụm	
☐ ☐ ☐	giáo viên	
☐ ☐ ☐	khu mua sắm	
☐ ☐ ☐	nét lịch sử	
☐ ☐ ☐	ngôi sao	
☐ ☐ ☐	rất là	
☐ ☐ ☐	thật	
☐ ☐ ☐	vui vẻ	

베트남어도
시원스쿨과 함께~

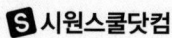